துளிர்
இசைக் கவிதைகள்

ஏ.இரமணிகாந்தன்

தடாகம்

துளிர் இசைக்கவிதை
ஆசிரியர்: ஏ.இரமணிகாந்தன் (96772 89032) ★ ஓவியம்: மணிவர்மா ★ உரிமை : ஆசிரியருக்கு ★ முதற்பதிப்பு : ஆகஸ்ட் 2019 ★ ஒளியச்சு : பிரகாசம், சென்னை ★ அட்டைப்படம் & வடிவமைப்பு: எஸ்.சீனிவாச ராவ் ★ அச்சு: சேகர் ஆப்செட் பிரிண்டர்ஸ், ப.எண் 168/1, பு.எண்.50, பெரிய வீதி, சேப்பாக்கம், சென்னை - 05, பேசி: 044-28544024 ★ பக்கம் : 168

Thulir Issaikkavidhai Author - E.Ramanigandhan
(C) Author - First Edition - August 2019

Published by Thadagam, 112,Thiruvalluvar Salai, Thiruvanmiyur, Chennai 600041

Printed by Sekar Offset Printers, old# 168/1, New# 50, Big Street, Cheppauk, Chennai - 600 005. PH : 044 - 28544024

Phone : +91- 44 - 4310 0442 | +91 - 89399 67179
www.thadagam.com ★ info@thadagam.com

ISBN: 978-93-88627-08-5
INR : 140.00

1 முத்திரைப் பதிக்க... 23

2 பொறந்தா பொண்ணாப் பொறக்கணும்... 26

3 மழை மகிழ்ச்சி... 30

4 விதைத்தவன் வேதனை... 34

5 எத்தன எத்தன சாமி... 37

6 பேரழகு... நீயே அழகு! 40

7 காற்றின் மொழி... 42

8 விழிக்கவா... வீழ்த்தவா... 44

9 அன்பின் மொழியே... 46

10 வந்துபோகும் வாழ்க்கையிலே 48

11 தழுவும் தென்றலின்... 50

12 மனுசனோட காதலில் ... 52

13 மர்மத்தின் திசைவழி... 55

14 துள்ளும் இன்பம் ... 58

15 அமுதமொழி நீயா? 60

16 மெல்ல மெல்ல மீறவா... 62

17 இலக்கணம் நூறு... 64

18 சமூகத்தின் சக்கரம்... 66

19 ஏருழுது போருழுது... 68

20 உறங்கி விழிப்பது... 70

உள்ளே

உள்ளே

21 காத்து வெளி,,, 72

22 எளிதா வாழப் பழகு ... 76

23 உண்மையச் சொமந்த சனம்... 78

24 பயணித்த பாதைகள் ... 82

25 மயக்கங்கள் பேசும் ... 85

26 வீழுவதோ வாழ்க்கை... 88

27 ஊமைக்கனவாய்... 90

28 வெட்கத்தின் விடுமுறை... 94

29 வலிமை சேர்ப்போமே... 97

30 நிம்மதியத் தேடி... 99

31 என்னத்தச் சொல்லி... 102

32 செக்குமாடு... 104

33 வேர்வ சிந்தி... 106

34 வாழத்தானே பொறந்து வந்தோம்! 108

35 பேரின்பப் பயணம்.., 111

36 வேதனைத் தீ... 113

37 சாக்குப் போக்கு... 115

38 எல்லா நம்மால முடியும்... 118

39 மனசு நோகுமா...? 122

40 மலரும் கதிரின் மயக்கம் 124

41	பறவைகள் வாழ்க்கை...	126
42	இயற்கை சிரிக்குமே....	128
43	உருவெடுத்த கடவுள்...	130
44	சுழற்சி இயக்கம்...	132
45	உணர்வின் விழிப்பு...	134
46	ஆழ்ந்த விழிப்பு...	136
47	ஆழ்கடல் அன்பு...	138
48	ஆழம் அறிவோமா...	140
49	காதலின் நிழலே...	142
50	எடுடா எடுடா பறைய...	144
51	யார் வகுத்தார் இந்த விதி?...	146
52	சிட்டாப் பறக்க பட்டா எதுக்கு...	148
53	காட்சி மாறல...	152
54	எல்லாம் கண்துடைப்பு...	155
55	வியர்வை மழை...	157
56	"உள்ளொளி உணர்வு"	159
57	அழகா இருக்கு வாழ்க்க...	161
58	ஊடலும்... கூடலும்...	163
59	"உள்ளொன்று வச்சி"	165
60	தூறலே... தூறலே...	167

எனது வாழ்க்கைப் பயணத்தில்
திடீர் திருப்பமாக அமைந்தது
இத்திரைப் பயணம்....

சமர்ப்பணம்

கடந்த 45 ஆண்டுகால எனது
வாழ்க்கைப் பயணத்தில்,
என் எண்ணம்போல் பயணிக்க,
வாழ வழிவிட்டு காத்திட்ட
என்னுடைய தாயார்
திருமதி இலட்சுமி ஏழுமலை,
அண்ணன்
திரு ஏ.இரமேஷ், பி.ஈ., எம்.எல்.,ஐ.ஆர்.எஸ் (மு).,
எனது இணையர்
திருமதி சங்கரி இரமணிகாந்தன்
ஆகியோருக்கு
இந்த இசைப்பாடல் தொகுப்பை சமர்ப்பிப்பதில்
பெருமகிழ்ச்சி அடைகிறேன்.

அணிந்துரை

உள்ளத்து உணர்வில் விளைந்த
இரமணி வீட்டுத் தமிழ்ப் பூங்கொடி

முல்லை, மல்லிகை போன்ற பூங்கொடிகள் படர்வதற்குக் கொம்பு தேவை. மொழி என்னும் கொடி படர்வதற்குப் பொருள் என்னும் கொம்பு தேவை. படரக் கொம்பின்றித் தரையிலே படர்ந்திருந்த முல்லைக்குத் தன்னுடைய தேரைக் கொடுத்தான் வள்ளல் பாரி. பாரியின் வள்ளல் தன்மை என்னும் பொருளைச் சுற்றிப் படர்ந்த தமிழ்ப் பூங்கொடி பூத்த தமிழ்ப் பாக்கள் காலத்தைக் கடந்தும் மணம் வீசிக்கொண்டிருக்கின்றன.

இருபதாம் நூற்றாண்டுத் தமிழ் சினிமாவிலும்

"முல்லைக்கு தேர் கொடுத்த மன்னவன் நீயோ
மல்லிகையின் நல்ல மதுவண்டோ" என

தமிழ்ப் பூங்கொடி இதே கொம்பைச் சுற்றிப் படர்ந்து புதிய பாக்களைப் பூத்துக்கொண்டிருக்கிறது.

இளங் கவிஞன் இரமணிகாந்தன் நாவில் விளைந்த தமிழ்ப் பூங்கொடி சமூகம், அரசியல், ஆன்மிகம், பொருளாதாரம், பெண்ணியம், காதல்,

குழந்தைகள் போன்ற கொம்புகளைச் சுற்றி படர்ந்து எழுச்சிப் பாக்களைப் பூக்களாகச் சொறிந்திருக்கிறது.

இவை புதியதொரு தமிழகத்தின் துளிராக அமையும் என்ற எண்ணத்தில் **'துளிர்'** எனப் பொருத்தமாகப் பெயரிட்டுள்ளார்.

பாரியின் வள்ளல் தன்மையைச் சுற்றிப் படர்ந்த தமிழ்ப் பூங்கொடி பூத்த பாக்களைப் போலவே இரமணிகாந்தனின் பாடல் வரிகளும் காலத்தை வென்று நிலைக்கும் தன்மையின என்பதில் ஐயமில்லை.

எந்தவொரு விலங்கையும் உடைப்பதற்குத் தேவையான முயற்சிகளில் முதலாவது தடை எதுவெனக் கண்டறியும் முயற்சி: இரண்டாவது தடையைத் தகர்ப்பதற்குத் தேவையான உத்தியைக் கண்டறியும் முயற்சி: மூன்றாவது குறிப்பிட்ட உத்தியைப் பயன்படுத்தித் தடையைத் தகர்க்கும் முயற்சி. மூன்றனுக்கும் அவசியம் முயற்சியே என்ற மெய்யின் ஆழத்தை உணர்ந்த கவிஞன் தனது கவிதைத் தொகுப்பின் முதல் வரிகளாக **"முயற்சியை விதைக்கும் பெண்ணே வா"** என்ற வரிகளை அமைத்திருப்பது அவருடைய ஆழ்ந்த அறிவுத் திறத்தையும், கருத்துச் செறிவையும் பறைசாற்றி நிற்கிறது.

இதேபோல முத்திரை பதிக்கும் வரிகள் பல இருப்பினும் அவற்றில் சிலவற்றை யான் இங்கே குறிப்பிட விரும்புகிறேன்.

> "ஈசல் தும்பி
> வானில் பறந்து
> வருகை சொல்லுதே...
> பெருமழையும் பேரிகையால்
> முரசு கொட்டுதே
> ஈரக்காத்து மேனிதழுவி
> இன்பமூட்டுதே...
> பச்சை மரங்கள் குளித்து மகிழ்ந்து
> நடனமாடுதே"

என்ற பாடல் வரிகள்

> "ஆற்றுவெல்லம் நாளைவரத்தோற்றதே குறி
> மளையாள மின்னல் ஈழ மின்னல் சூழ மின்னுதே
> நேற்றும் இன்றும் கொம்பு சுற்றிக் காற்றடிக்குதே
> கேணி நீர்ப்படு சொறித் தவளை கூப்பிடுகுதே
> சேற்று நண்டு சேற்றில் வளை ஏற்றடைக்குதே
> மழை தேடி ஒருகோடி வானம்பாடி பாடி ஆடுதே"

என்ற **'முக்கூடற் பள்ளு'** பாடல் வரிகள் போல் இனிமை குறையாத வரிகளாக அமைந்துள்ளன.

"மலர்களெல்லாம் சிரிப்பதும்
மகிழ்ந்து வண்டு பறப்பதும்
மணம்பரப்பி மகிழும் இன்பத்தை
மலர்களிடம் கேளுங்கள்"

இந்த பாடல் வரிகள் கூறும் **"மலர்களெல்லாம் மணம் பரப்பி மகிழும் இன்பம்"** என்ற கருத்து சங்க காலத்துக் காதல் பாடலின் கருத்தாழத்தையும் விஞ்சியதோ என்று வியக்க வைக்கிறது.

மேற்படி கவிதை வரிகளைப் படிக்கும் வாசகர்கள் மலர்கள் ஏன் சிரிக்கின்றன, வண்டுகள் ஏன் பறக்கின்றன, மலர்கள் மணத்தை ஏன் பரப்புகின்றன, மணம் பரப்புவதால் ஏன் இன்பம் அடைகின்றன என ஆழ்ந்து சிந்தித்து தமிழ்ப் பூங்கொடியில் பூத்த பாவின் இன்பத்தைச் சுவைத்தால் இந்த நாடு இன்பத் தமிழ்நாடாகும்.

தமிழுக்கு அழகு ஓசையும், இனிமையும். கவிஞர் இரமணியின் உள்ளத்து உணர்வில் விளைந்த தமிழ்ப் பூங்கொடி எண்ணத்தில் கிடக்கும் பொருட் கொம்புகளைச் சுற்றிப் படர்கையில் விளைந்த பாக்களைக் கல்லூரி மாணவர்களுக்குப் பாடமாகக் கற்பிப்பதோடு இசைப் பாடலாக கலைத் துறையினர் பயன்படுத்தவும் வேண்டும் என எல்லாம் வல்ல சிவபெருமான் திருவடிகளைப் போற்றுகிறேன்.

என்றும் அன்புடன்

சிவபுரம் ஐயா
தம்பிரான்தோழர் கபிலனார்

அணிந்துரை

பொதுவாக நம் மனதில் ஆழ்ந்திருக்கும் நினைவுகள் புலன்சார்ந்த இரண்டு விஷயங்களால் மீள்கின்றன.

ஒன்று கவிதை இன்னொன்று இசை...

இதன் இரண்டையும் இணைத்து கடைசி மனிதனுக்கும் கொண்டு சேர்த்த எளிமையான இலக்கியம்தான் திரைப்பாடல்!.

அந்த வரிசையில் தோழர் இரமணிகாந்தனின் இசைப்பாடல்கள் நமது மூளையில் ஆழமான கறுப்புக்கோடு போடுகிறது.

நமது விளம்பரங்களைப்போல் அறிவை புத்திசாலித்தனமாக மாற்றும் இவரின் பாடல்களை நமது செய்தியாக கடந்து போய்விடமுடியாமல் செய்திருக்கிறார்.

இவரின் பாடல்கள் நொடியில் செங்குத்தாகவும், குறுக்குவெட்டுத் தோற்றமாகவும் நம்முள் நிர்வாண கோலமாக எக்ஸ்ரே படம் பிடித்தாற்போல் விளிம்புநிலை மனிதர்களை பற்றிப்பேசும் எளிமையான வரிகள் மூலம் ஈர்க்கின்ற இவர் ,

தன்னை முன்னிலைப்படுத்தாமல் சக மனிதர்களையும் அவர்களின் அக, புற வாழ்வியலை பதிவு செய்வதில் இசைப்பாடல்களாகவும் வெற்றிப் பெற்றுள்ளார்.

கற்பனைகளைக் கடந்து யதார்த்தத்தை தோலுரித்துக்காட்டும் முயற்சி சக படைப்பாளிகளோடு பயணிக்க தகுதியான படைப்பாளியாகவும், படைப்பாகவும் இவரின் பாடல்கள் இருக்கின்றன.

திரைக்கதைக்கும், இயக்குநருக்கும் இவர் நார்சிச கண்ணாடியாக இருக்கிறார். அவர்களின் ஊடே பயணித்து இவரின் உணர்வு கேட்பவர்களின் உணர்வுகளை வெளிப்படுத்தும் என்பதில் கவனம் கொள்கிறார்.

பீட்சாவாகவும், உப்புக்கறியாகவும் இவரால் இயங்க முடியும் என்பதை இந்தப் பாடல்கள் திரைக்கான மாயபிம்பங்களுக்குள் ஊடுறுவும்.

இவரின் பாடல்களின் எளிமை கண்ணாடியைக் கொத்திப்பார்க்கிற சிட்டுக்குருவி போல தொட்டுப்பார்க்க முடிகிறது.

மீன்கொத்தியைப்போல உயரத்தில் இருந்து குதித்து தன் பிம்பத்துக்குள்ளேயே நுழைந்துவிட முடிகிறது.

இவர் எந்தக்கலர் கண்ணாடி கொண்டும் உலகை பார்க்கவில்லை. வசீகரம் பின் அதன் அழகியல், படைப்பின் தீவிரம், கதையாடலை துண்டுகாட்சிகளாக கடக்கும் காலத்தை, ஒலியை, இசையை, காட்சி இலயத்தை நெருங்க வைக்கிறார். புதிர்களாக சுழல வைக்கிறார்.

தெரியும் என்று உணர்கிற எந்த இடமும், தெரியாத ஒன்றின் துவக்கமாகவே இருப்பதால், எந்த இயக்குநரின் திரைவடிவத்தோடு இவரால் காணாமல்போய் வெளியேற வேண்டும் என்பதில் முனைப்பாக உள்ளார்.

வின்சன்ட் வான்காவின் ஓவியத்துக்குள் நுழைந்து கோதுமை வயல்களை பார்ப்பது போன்ற பரவசத்தை தமிழ்ச்சூழலில் இவர் நுழைய வைக்கிறார்.

இவரின் பாடல்கள் வெண்கல மூக்காக இயக்குநர்களுக்கு மாறும் என்பதில் சந்தேகமில்லை.

பாடல்களைக் கடந்தபின் சிந்திக்க வைக்கவில்லை இவர். பாடல்களில் பயணிக்கும்போதே சிந்திக்க வைக்கிறார்.

இவரின் பாடல்களை பயன்படுத்துபவர்களுக்கு வெண்கல மூக்கு தேவையில்லை. ஏனென்றால் பாசுவின் தவளையே போதுமானது. சர்யலிசமும் , ஒன்றைச்சொல்லி ஒன்றை புரியவைக்கின்ற மேஜிக் ரியாலிசமும் இவரிடம் இருப்பது நன்று.

விளம்பர அரசியலில் அரசியல் விளம்பரம்.

கடந்த அரை நூற்றாண்டாக திரைப்படப் பாடல்கள் தமிழக அரசியலை மாற்றியமைத்திருப்பது என்பது மறுக்க இயலாதது.

அதன்போக்கில் இவரின் பாடல்களில் சோசலிச யதார்த்தவாதம் இருப்பதால் அனைவருக்கும் போகும்.

அனைவருக்கும் பிடித்த வணிகமும், இவருக்கு பிடித்த கலையையும் கையாண்டு இருப்பதில் மூளை அறுவைச்சிகிச்சை செய்திருக்கிறார்.

புரியவில்லை என்பதில் இவருக்கு புரிதல் இல்லை.

பாடலில் வயலின் இசை கேட்கிறது, புல்லாங்குழல் கேட்கிறது.

அதன் வடிவத்திற்கு அர்த்தம் என்ன உணர்வுதான். அதேபோல இவரின் பாடல்கள் புரியவேண்டி உணர்த்தும் ஜன்னல்களைத் திறக்கிறது.

ஒரே நேரத்தில் ஆயிரம் பேர் சேர்ந்து காணும் ஒரே கனவில் இவர் கனவுக்குள் இருக்கிறார். உங்களையும் அதனுள் இழுக்க முயற்சிக்கிறார்...

கண்ணாடிப் பிம்பங்களைப்போல...

– காளி இரங்கசாமி
திரைப்பட இயக்குநர்.

அணிந்துரை

அன்பு வணக்கம்,

இசை அறிவு இல்லாமலே, 25 ஆண்டுகள் கடந்தும் இசைத்துறையில் தொடர்ந்து பயணிக்கிறேன் என்பதில் எனக்கு வியப்பாக இல்லை, ஆனால் தமிழோடு 50 ஆண்டுகாலம் இருந்தும், தமிழின் நுண்மாண் நுழைபுலத்தை அறியாமல் இருக்கும் எனக்கு இசைபாடல் நூலுக்கு அணிந்துரை வழங்கும் வாய்ப்பளித்ததை கண்டு வியப்பாக இருக்கிறது.

இருப்பினும் நண்பரின் விருப்பத்திற்கேற்ப, இந்நூலின் சிறப்பையும், நண்பரின் கவிதை திறத்தையும், இந்நூல் சமுதயாத்தில் ஏற்படுத்தவுள்ள மாற்றத்தையும் இங்கு குறிப்பிட விரும்புகின்றேன்.

இந்திய தீபகர்ப்பதை மூன்று கடல்கள் சூழ்ந்து அரணாக இருந்து காப்பாற்றுவதுபோல், தமிழ், இயல் இசை நாடகம் எனும் மூன்று கலைகளை வடிவமைத்து, தன்னைத்தானே நிலைநிறுத்திக் கொண்டும், இந்த தமிழகத்தையும் பல்லாயிரம் ஆண்டுகாலமாக காப்பாற்றிவருகிறது தமிழ்.

அற்புதமான இந்த கலை சேவையை தொடர்ந்து செய்யவும், அடுத்த தலைமுறைக்கு கொண்டு சேர்க்கவும், தமிழ்த்தாய் எல்லோரிடத்தும் இப்பணியை ஒப்படைப்பதில்லை, அதற்காக அவ்வப்போது சில கலை சிற்பிகளை உருவாக்கி அவர்களிடத்தில் இந்த அரும்பணியை ஒப்படைகிறாள்,

இந்தமரபு சங்ககாலம் தொட்டு வாழையடி வாழையாக தொடர்ந்து நடைபெறுகிறது.

இந்த வரிசையில், இன்றைய நவீன காலத்தில், இன்றைய நவீன களத்தில், தமிழெனும் காந்தவிசையால், இசைப்பாடல் வரிகளால், எல்லோரையும் கவர்ந்து ஈர்க்க ஒருவர் தேவை என்று தமிழன்னையாள் தேர்தெடுக்கப்பட்டவர்தான், என்னுடைய இனிய நண்பரும், **'துளிர் - இசைக் கவிதை'** நூலாசிரியருமான **ஏ.இரமணிகாந்தன்.**

தமிழன்னை இட்ட பணியை திறம்பட 60 இசைப்பாடல்களில் படைத்திருக்கிறார் ஆசிரியர். முதலில் தென்றல் போல் துவங்கும் வரிகள், மெதுவாக காற்றடிக்க ஆரம்பிக்கிறது, பின்பு வேகமாக புயலாக மாறுகிறது, இன்னும் போகப்போக சூறாவளியாக மாறி வாசிப்பவர்கள் மனதில் நீங்காமல் மையம் கொள்கிறது. இதுவரை மிகசிறந்த படைப்பாளர்கள், சிறந்த சமுதாய சிந்தனையாளராகவும் நமக்கு கிடைத்திருக்கிறார்கள் இது நமக்கு கிடைத்த சிறப்பு,

அனால் இன்றுமுதல் மிக சிறந்த சமுதாய சிந்தனையாளராக விளங்கும் அய்யா **திரு. ஏ. இரமணிகாந்தன்** அவர்கள், மிக சிறந்த படைப்பாளியாகவும் இந்த இசை பாடல் வழியாக நமக்கு கிடைத்திருக்கிறார் என்பது நமக்கு மட்டுமல்ல, நம் தமிழ்சமுதாயத்திற்கும், தமிழுக்கும் கிடைத்திருக்கின்ற சிறப்பு.

"எடுடா எடுடா பறைய
யார் வகுத்தார் இந்த விதிய,
எல்லாம் நம்மால முடியும்
வாழத்தானே பொறந்து வந்தோம்"

இது போன்று இவர் இசைப்பாடல் தலைப்புகளை சேர்த்தாலே பாடல் வரிகளாக வேகம் பெறுகிறது, கேட்பவருக்கு விவேகம் பிறக்கிறது.

இவரின் வைரமான வரிகள் பல திரைபட இசை அமைப்பளர்களையும், தமிழ் இசை ரசிகர்களை கவர்ந்து ஈர்ப்பது திண்ணம். இவர் மேலும் சிறந்த படைப்புகளை படைத்தது, தமிழ் திரைப்பட பாடல்களில் புதியதொரு பாதை உருவாக்கி, தமிழ் பணியாற்றவும் வாழ்த்துக்கள்.

நன்றி

சு.வாசு

S.Vasu,
Media Link Concepts,
www.medialinkconcepts.in

அணிந்துரை

எவனொருவனுக்கு இந்த சமூகத்தின் மீதும் சாமான்ய மக்களின் மீதும் அக்கறை இருக்கிறதோ, அவனெல்லாம் அநீதிக்கும் அதிகார வர்க்கத்திற்கும் ஏன் கடவுளுக்கே எதிராக குரல் எழுப்புகிறான். அப்படி எதிர்க்குரல் எழுப்புகிற ஒரு படைப்பாளன்தான் சனங்களின் கலைஞனாகிறான்.

நான் அப்படி ஒருவராய்த்தான் "தோழர்" இரமணியைப் பார்க்கிறேன். இந்தத் தொகுப்பிலே தோழரின் கற்பனைக் கவிதைகளைவிட அவரது தமிழ் என்ற மொழி உணர்வும் தமிழன் என்ற இன உணர்வும் வரிகள்தோறும் விரவிக் கிடக்கிறது. போகிறபோக்கில் புரட்சியை விதைத்து விட்டுப் போகிறது இவரது வார்த்தைகள்.

ஒருவேளை சோத்துக்கே அன்றாடம் உழைக்கும் அடித்தட்டு மக்களின் வியர்வைத் துளிகளைத்தான் தன் அனல்வரிகளாய் உருமாற்றியிருக்கிறார்.

"வறட்சியின் பிடியில் வாழ்க்கையைத்தொலைத்தோம்
வானத்தைப் பார்த்தே காலத்தைக் கழித்தோம்"

"வேர்வை சிந்திவாழும் எங்க வாழ்க்க உயரல
விடிஞ்ச பின்னும் எங்க பாதையில இருளே விலகல"

என்று இவர் விவசாயிகளுக்காக ஏங்குகிற போதெல்லாம்.... விவசாயிகளின் கணத்த கண்ணீர் நம் மீது சுனாமியை வீசி விட்டுப் போகிறது.

"படைச்சவனே ஏற்றத்தாழ்வை பிரிச்சுவெச்சானோ
பாதை முழுக்க நெறிஞ்சி முள்ள வெதச்சுவச்சானோ"

என்கிற சாமான்ய மக்களின் கூக்குரல் எல்லாம் வல்ல என்று சொல்லப்படுகிற.... எங்கோ ஓடி ஒளிந்திருக்கும் கடவுள்களின் காதுகளில் விழுகாதோ என தோழர் ஆதங்கப்படுகிறார். காதற்ற, கருணையற்ற கடவுள் கேட்பதாய் இல்லை எனப் புரிந்து கொண்டு...

"போராடி வாழ்வதுதான் - பரிணாம வளர்ச்சி"

என்று உழைக்கும் வர்க்கத்தை போராட்டத்துக்கு அழைக்கிறார் தோழர். போராடி வாழ்வதுதான் பரிணாம வளர்ச்சி... எவ்வளவு பெரிய உண்மையை போகிற போக்கில் பதிவிடுகிறார்.

படைப்பாளிகளுக்கு இயற்கைமேல் இருக்கும் காதலும் பார்வையும்தான் அவர்களது தனித்துவத்தை காட்டுகிறது என்று நினைக்கிறேன். மழை பற்றி எத்தனையோ கவிதைகளை வாசித்து அந்த ஈரத்தில் நனைந்திருக்கிறேன்.

இந்தத் தொகுப்பில் ஓரிடத்தில்...

"வேப்பந்தழையின்
விளிம்பில் மழை
வேர்த்துக் கொட்டுதே" என்று வருகிறது...

மழையில் நனையும்போது வேர்க்குமா? அந்தக் கற்பனையின் சாரல் இன்னும் எனக்குள் ஈரமாய்ப் படிந்திருக்கிறது. அந்த இடத்தைக் கடந்து போகிறபோது உங்கள் மீதும் சாரலடிக்கும். வாசித்துப் பாருங்கள். கார்த்திகையில் ஒரு தீபாவளி வரும்... அது தோழரைப் போல், என்னைப் போல் கிராமங்களில் வாழ்ந்தவர்களுக்குத் தெரியும்... தீப்பந்தம் சுற்றுவது அதிலே முக்கியமான நிகழ்வு, தீப்பந்தம் தயார் செய்வதற்காக ஒரு மாதமாய் வேலை நடக்கும். அந்த நிகழ்வை ஞாபகப் படுத்தியது ஒரு கவிதை...

"கார்த்திகை ராத்திரியில்
காத்துமேல நெருப்பை விதைப்போம்"

அடடா... என்ன மாதிரியான கற்பனை...

தீப்பந்தம் சுற்றும்போது தெரித்து விழுகிற நெருப்புப் பொறிகளை இவர் எப்படி காற்றில் விதைத்தார்? அந்த வியப்பிலிருந்து இன்னும் என்னால் மீளமுடியவில்லை.

மேலும்...

"வெப்பத்தைத் தீட்டவா"
"பஞ்சத்தைப் பருகவா"

இதுவரை நான் வாசித்தறியாத இதுபோன்ற புதிய புதிய சொற்பதங்களை இந்தத் தொகுப்பிலே பலஇடங்களில் விதைத்திருக்கிறார் தோழர் இரமணி. அவையெல்லாம் மாலைகளாகவே பூத்து தோழரின் தோளில் விழும் காலம் வெகுதூரமில்லை.

– சுகுமார் அழகர்சாமி

திரைப்படக் கதாசிரியர் மற்றும் இயக்குநர்

அணிந்துரை

எனக்கு தோழர் ஏ.இரமணியை ஒரு சமூகக் கோவமுள்ள ஒரு மனுசனாகத்தான் தெரியும். திடீர்னு ஒருநாள் தோழர் நான் ஒரு இசைக்கவிதைத் தொகுப்பு போடலாம்ன்னு இருக்கேன்னு சொன்னார். எனக்கு கவிதைன்னா டக்குன்னு காதல் கவிதைகள் தான் ஞாபகத்துக்கு வந்துச்சு. கூடவே, ஒரு சந்தேகமும் வந்துச்சு... இவர் எப்படி மென்மையான காதல் கவிதைகள் எழுதியிருப்பாரு?...

இரண்டு நாள் கழிச்சி வந்து பைண்டிங் பண்ண புத்தகத்தைக் கொடுத்து படிக்கச் சொன்னார்... நிஜமா சொல்றேங்க... அந்தக் கவிதைகளைப் படிக்கப்படிக்க என்னோட பல நினைவுகள் மழை பேஞ்சதும் மொளச்சு வர்ற செடிகள் மாதிரி துளிர்க்க ஆரம்பிச்சிருச்சு...

“வரப்பு வாய்க்காலுல இனி
நடக்க வாய்க்குமா...
வசந்தமான புல்லில் தான்
பனியும் பூக்குமா...”

“கௌதாரி பிடிக்க ஒனக்கு
ஆச பிறக்குமா...
கண்ணி வச்ச காலம் தான்
நெஞ்சில் இனிக்குமா....”

இப்படித் தொடர்ந்து...

கரும்பு ஒடிச்சி தின்னது, ஏரியில் குளிச்சது, மீன் பிடிச்சது, வெள்ளெலி வெரட்டிப்பிடிச்சி சுட்டுத்தின்னது, புளியம்பழத்துல ஆட்டுப்பால ஊரவெச்சது, பனங்கா வண்டி ஓட்டியது, காத்தாடி விட்டது, பூவரசம் இலையில இசை சுவைச்சது....

இப்படி எல்லாத்தையும் கிளறிவிட்டு கிளர்ச்சியூட்டியது...

இதையெல்லாம் படிச்சு இரசிச்சுட்டு... இந்தக் கோபக்கார மனுசனோட காதல் கவிதைகள் எப்படி இருக்குன்னு பார்க்கலாம்னு வாசிச்சா...

"மயக்கங்கள் பேசும்
மௌன மொழியே...
மனதிற்குள் வீசும்
புயல் வெளியே"...ன்னு ஒரு கவிதையை ஆரம்பிக்கிறார்...
அப்படியே அசந்து போயிட்டேன்...

"புன்முறுவல் பூக்கிறதே
புன்னகையாய் காய்க்கிறதே
என்னுள்ளத்தை சாய்க்கிறதே..."
"பார்க்காம சிரிக்காம
படுத்துறாங்க முடியலயே"...ன்னு

அவர் ஏங்கறதும் பத்தாம நம்மளையும் காதலுக்காக ஏங்க வைக்கிறார் இரமணி. இவரது கவிதைகளில் அழகியல் குறைவு என்பது உண்மைதான்...

ஆனால், சமூக அவலங்களை அன்றாடம் கடந்து செல்லும் சாமான்ய மக்களின் மன குமுறல்களின் மொத்தக் குவியலாய் இந்த "**துளிர் - இசைக்கவிதை**"த் தொகுப்பை பார்க்க முடிகிறது.

இவரின் வரிகள் ஒவ்வொன்றும் உந்துவிதைகளாக உணர்வுடன் விளங்குகிறது. இவர் காதலுக்கு முக்கியத்துவம் தந்ததாகத் தெரியவில்லை... ஆனால், இந்த மண்ணையும், மண்ணில் வாழும் மனிதர்களையும் எந்த அளவிற்கு காதலிக்கிறார் என்பது இந்நூலின் மூலம் தெரிகிறது. இவரின் வரிகள் இலக்கண விதிகளுக்கு உட்படாமல் விலகி இருக்கலாம், ஆனால் இயல்பான உரத்த சிந்தனையை விதைப்பதாக உள்ளது.

இத்தொகுப்பு முழுவதும் வாழ்வியலும் சாமான்ய மனிதனின் வார்த்தைகளுமாய்த்தான் பயன்படுத்தி இருக்கிறார்...

கவிதை நடைக்காகவோ, அதற்காக அழகு சேர்க்கவோ இவர் முயற்சிக்கவே இல்லை... இதுதான் இரமணியின் தனித்தன்மை என்று நினைக்கிறேன். ஒட்டு மொத்தமாய் இவரது கவிதைகள் திரைப்படப் பாடலுக்கான (சினிமா) எல்லா நெளிவு சுளிவுகளும் சூத்திரமும் கொண்டதாய் இருக்கிறது.

திரைவானில் இரமணி நட்சத்திரமாய் ஜொளிப்பார் என்று நம்புகிறேன்...
அதற்காக முன்கூட்டியே வாழ்த்துகிறேன்...

- கா. திருநாவுக்கரசு
திரைப்பட ஒளிப்பதிவாளர்

என்னுரை

இப்பயணத்தில்
எமது சக பயணிகளாக
வாய்த்தவர்கள், வழிநடத்துபவர்கள்,
வாய்ப்பளித்து மகிழ்பவர்களான...

திரைப்படத் தொகுப்பாளர்
தோழர். பி. இலெனின்

திரைப்படத் தயாரிப்பாளர்
திரு. "ஆஸ்கார்" இரவிச்சந்திரன்

திரைப்பட இயக்குநர் **புகழேந்தி தங்கராஜ்**
திரைப்பட இயக்குநர் **இரா.செழியன்**
திரைப்பட இயக்குநர் **ப.சந்திரன்**
திரைப்பட ஒளிப்பதிவாளர் **கா. திருநாவுக்கரசு**
திரு. **சு.வாசு** (மீடியா லிங்க் கான்செப்ட்)
திரைப்பட இயக்குநர் **'மலேசியா' கோபி**
நடிகர் **போஸ் வெங்கட்**

நடிகர் **முத்துக்குமார்** (சாய் ஆக்டிங் அகாடமி)
திரைப்பட இயக்குநர் **காளி இரங்கசாமி**
திரைப்பட இயக்குநர் **சுகுமார் அழகர்சாமி**
திரைப்படக் கதாசிரியர் **பாலமுரளிவர்மன்**
திரைப்பட இயக்குநர் **கே.கணேசன்**
திரைப்பட இயக்குநர் **ஜோதிமுருகன்**
திரைப்பட இயக்குநர் **மித்ரன் சாணக்யா**
திரைப்பட இயக்குநர் **செந்தில்குமார்**
திரைப்பட இசையமைப்பாளர் **இரா. யானி ஆர்**
திரைப்பட இசையமைப்பாளர் **விஜய்**
திரைப்பட இயக்குநர் **கோபால்**
திரைப்பட இயக்குநர் **துரைப்பாண்டியன்**
திரைப்பட இயக்குநர் **கிஷோர் குமார்**
திரைப்படத் தொகுப்பாளர் **மாருதி**
திரைப்பட இயக்குநர் **செந்தில் செல்லம்**
திரைப்படப் பாடலாசிரியர் **தேவேந்திரன்**
திரைப்பட இயக்குநர் **தங்கமுத்து**
திரைப்பட இயக்குநர் **கீதானந்த்**
திரைப்பட இயக்குநர் **இங்கர்சால்**
பாடகர் **மைக்கேல் ஃபெர்ணான்டோ**
திரைப்பட இயக்குநர் **கலைச்செல்வன்**
திரைப்பட இயக்குநர் **சத்தியன்**
திரைப்பட தயாரிப்பாளர் **புலேந்திரராஜா** (டென்மார்க்)
திரைப்பட தயாரிப்பாளர் **மைக்கேல் ஜான்சன்**
திரைப்படக் கலை இயக்குநர் **வீரசமர்**
திரைப்படக் கலை இயக்குநர் **சிவராஜ்**
திரைப்பட இயக்குநர் **சேகர் ஜோதி**
திரைப்படத் தொகுப்பாளர் **மாகாளி**
பாடகர் **திரு. பாலகிருஷ்ணன்,**
பாடகர் **விஜய்**

உள்ளிட்ட திரைத்துறை ஆளுமைகளுக்கு என்றும்
நன்றியுடையவனாகவும், கடமைப்பட்டவனாகவும் இருக்கிறேன்...

எனது திரைப் பயணம் மற்றும் இசைப்பாடல் நூல் வெளிவர
பெருந்துணையாக இருந்துவரும் தோழமைகளான,
'தம்பிரான் தோழர்' **கபிலனார் ஐயா**
(சிவபுரம் அறக்கட்டளை)

தோழர் **சி.மகேந்திரன்** ஆசிரியர் - 'தாமரை'
ஐயா **புகழூர் விசுவநாதன்**, கவிஞர் **ஜெயபாஸ்கரன்**,
இயக்குநர் **வ.கௌதமன்**, மருத்துவர் **வேலாயுதம்**
திருமதி **புஷ்பராணி வில்லியம்ஸ்** (அமெரிக்கா)
அண்ணன் **கதிரவன்**, தோழர் **கண்ணன்**,
தோழர் '**மகிழ்ச்சி**' **மணிவண்ணன்**,
"இதழியலாளர்" திரு.**இராஜதுரை**, தோழர் **பொ.சரவணராஜா**,
தோழர் **இராசக்குமார்**, வழக்கறிஞர் **ப.அமர்நாத்**,
பொறியாளர் **வெ.சேனாபதி**, 'புகழி' **ப.ஜீவானந்தன்**,
தோழர் **இராஜா குள்ளப்பன்**, திரு.**சாலை சிவச்செல்வம்**,
தோழர் **பிரகாசம்**, தோழர் **சீனிவாசராவ்**,
திரு.**பக்தவச்சலம்** (மு.காவல் ஆய்வாளர்), தோழர் **அம்பத்தூர் மணி**
மருத்துவர் **கார்த்திகேயன்**, முனைவர் **அமல்ராஜ்**
மருத்துவர் **தன்மானன்**, தோழர் **சூரியா நாகப்பன்** (அமெரிக்கா)
வழக்கறிஞர் **செயப்பிரகாசு நாராயணன்**, தோழர் **விடியல் கலை**,
தம்பி **கடலூர் கோபிநாத்**, தம்பி **இலயோலா மணி**,
கவிஞர் **பார்வைதான்**, கவிஞர் **க.வசந்தமணி**,
'தடாகம்' பதிப்பகம் தோழர் **அமுதரசன்**, மாமா **கு.ஜெயபால்**,
ஐயா. **ஆதிகேசவன்**, தோழர் **துரைராசன்**,
தம்பி **த.சரவணன்**, தம்பி **த.கந்தன்** தம்பி **அ.இராஜா.**,
தம்பி **சிவசங்கரபாண்டியன்**, தம்பி **மோகனவசந்தன்**

மற்றும்

எனது திரைப் பயணத்தின்
ஊக்கச்சக்தியாக விளங்குபவர்களான :

மைத்துனர் திரு. **தே.அசோக்குமார்**, M.Sc.,(Agri) D.C.P.,
(காவல்துறை துணை ஆணையர், தி.நகர் சரகம், சென்னை)

எனது கல்லூரித்தோழன்

முனைவர் **த.செந்தில்குமார்** M.L.,Phd., D.C.P.,
(காவல் துறை துணை ஆணையர் - மதுரை மாநகரம்)

தம்பி **கா.சிவசுப்ரமணி,** I.P.S.,
(மாவட்ட காவல்துறை கண்காணிப்பாளர், ரூர்கேலா மாவட்டம், ஒடிசா மாநிலம்)
ஆகியோருக்கும் மற்றும்

எனது பாடல்களை கேட்டும் கருத்து பகிர்ந்தும் பயணிக்கும்

மாமனார் சு.தேவநாதன், மாமா க. தண்டபாணி

'அண்ணி' சௌந்தரி இரமேஷ்,

திருமதி.கவிதா சூர்யா

அண்ணன் பழ.கார்த்திபன்

தம்பி ஏ.இளஞ்செழியன் - இ.சுடரொளி

திரு.வாசு திவ்யா (அமெரிக்கா)

செல்வி.கி.சுஷ்மிதா

பிள்ளைகள்:
இர.சௌ.அமுதநங்கை, இர.ச.கவினமுது,
இர.சௌ.நம்பி இளந்திரையன், இ.சு.எழில்நகை

உள்ளிட்ட குடும்ப உறுப்பினர்கள் மற்றும் நட்புசக்திகள்
அனைவருக்கும் எனது முதன்மையான நன்றியை இந்நூலின்
வாயிலாக வெளிப்படுத்த கடமைப்பட்டுள்ளேன்.

– ஏ.இரமணிகாந்தன்

கைபேசி: 96772 89032
Email : nallamanam2012@gmail.com

1

முத்திரைப் பதிக்க...

முத்திரைப் பதிக்க
முன்னே வா...
முயற்சியை விதைக்கும்
பெண்ணே வா...

யாரும் உனக்கு
தடையல்ல...
யாசகம் கேட்கும்
இனமல்ல...

கற்பிதம் கடந்து
முன்னேறு...
காலத்தை வென்று
நடைபோடு...

காயங்கள் ஆறும்
கலங்காதே...
கனவுகள் மெய்ப்படும்
சோராதே...
    (முத்திரை பதிக்க...)

வாழ்வது மண்ணில்
ஒருமுறையே...
வாழ்க்கைக்கு வகுத்திடு
வழிமுறையே...

இன்பங்கள் எளிதில்
வாய்ப்பதில்லை...
இடர்களும் தொடர்ந்து
வருவதில்லை...

வெற்றியும் தோல்வியும்
தொடர்கதையே...
விருப்பும் வெறுப்பும்
விடுகதையே...

தொட்டிடும் தூரமே
விடிவுக்கு...
தொடர்ந்திடு பயணத்தை
அடைவதற்கு...

ஏளனம் உனக்கு
அருமருந்து...
ஏற்றிடப் பழகு
வாழ்வதற்கு...

நட்பினை நம்பி
நடைபோடு
நாளை நமதே
களமாடு...

கடலில் குதித்து
நீராடு...
காற்றைத் தழுவி
கவி பாடு...

இயற்கையே நீயென்ற
உணர்வோடு...
இமைப்பொழுதையும் வாழு
உணர்வோடு...

உன்னத எண்ணத்தை
உரமாக்கு...
உயர்வை வாழ்வின்
இலக்காக்கு...

எட்டிட இயல்வது
இலக்கல்ல...
எதுவும் இயலும்
உன்னாலே..

நிகழ்காலம் ஒன்றே
உன்னோடு...
நினைத்தபடியே நீ
வாழு....

ஏ.இரமணிகாந்தன் | துளிர்

பிறந்தது என்பது
வாழ்வதற்கே...
பிரச்சினையும் கூட
பயணத்திற்கே....

பெருமை என்பது
பெண்ணினமே...
பெற்றோம் வாழ்வில்
பேரின்பமே...

இயல்பு என்பது
உணர்வாகும்...
இயற்கை நமது
வாழ்வாகும்...

அன்பே உயிரின்
உணவாகும்...
அனைத்தும் நமக்கு
உறவாகும்...

போட்டி என்பதிங்கு
வாழ்வல்ல...
போவோம் பயணம்
இனிதாக...

பிறப்பதும் இறப்பதும்
இயல்பாகும்...
பேதங்கள் தவிர்ப்பதே
வாழ்வாகும்...

2

பொறந்தா பொண்ணாப் பொறக்கணும்...

பொறந்தா பொண்ணாப்
பொறக்கணும்
பூமியில...
அன்ப அள்ளி கொடுக்கிற
சாமியப் போல...

கடவுளப் போல் உருவெடுத்து
உயிர் கொடுப்பா...
அல்லும்பகலா
நமைவளர்க்க
தன்னக் கரைப்பா...

அக்கா தங்க அவதாரம்
அவ எடுப்பா...
அன்பபொழிஞ்சி அனுதினமும்
அரவணைப்பா...

காதலுக்கு உயிர்கொடுக்கக்
காத்திருப்பா...
கனவிலும் கண்கலங்காம
நமை காப்பா...
வாழ்க்கைக்கு முகவரியா
அவ இருப்பா...
வழித்துணையா உடனிருந்து
வாழ்வளிப்பா...
(பொறந்தா பொண்ணாப் பொறக்கணும்...)

பெண் கொழந்த பெத்தெடுத்தா
பெருமகிழ்ச்சி...
அப்பன் ஆத்தா அடைஞ்சிடுவார்
அகமலர்ச்சி...

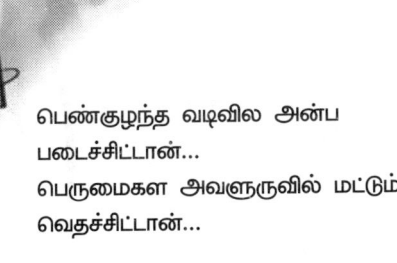

பெண்குழந்த வடிவில அன்ப
படைச்சிட்டான்...
பெருமைகள அவளுருவில் மட்டும்
வெதச்சிட்டான்...

கடவுளும் ஓய்வெடுக்க ஏனோ
நெனச்சிட்டான்...
கடமைய அவகிட்ட தத்துக்
கொடுத்துட்டான்....

உண்ணும் உணவுக்கும்
உயிரக் கொடுக்குறா...
உலகத்தக் காப்பாத்த
தன்ன இழக்குறா...

பாசத்தப் பரிமாறி நம்ம
வளர்ப்பா...
பாத தவறாம நம்மக்
காப்பா...

கண்ணிமையப் போல நமை
காத்திடுவா...
கரிசனத்தை நாளும் சுமந்து
வாழ்த்திடுவா...

வீரத்தின் விளைநிலமாய்
விளங்கிடுவா...
மகிழ்ச்சியையே மரணம் வரை
விதைத்திடுவா...

இயற்கைக்கு இணையென
தனை நினைத்திடுவா...
இன்பத்தை வாரி வாரிக்
கொடுத்திடுவா...
  (பொறந்தா பொண்ணாப்
          பொறக்கணும்...)

தியாகத்தின் திருவுருவாய்த்
திகழ்ந்திடுவா...
தீமைகள் தீண்டிடாமல்
நமைக் காப்பா...

கணவனின் கருத்தெல்லாம்
உறைந்திடுவா...
காதலைத் தினம் வளர்த்து
மகிழ்ந்திடுவா...

அறிவுக்கு உயிர் கொடுத்து
வளர்த்திடுவா...
அன்பை அதில் பதித்து
உணவிடுவா...

சொர்க்கமாக இல்லத்தை
மாத்திடுவா...
சொந்தபந்த இயல்ப நாளும்
காத்திடுவா...

பிள்ளைகளின் மனசறிஞ்சி
வளர்த்திடுவா...
குடும்பத்தக் காக்க தன்னயே
மறந்திடுவா....

அன்பின் வடிவாக
உருவெடுப்பா..
மெழுகாய்த் தனை உருக்கி
ஒளிகொடுப்பா...

சாதனையின் சங்கமமாய்ப்
பெண்ணிருப்பா...
சந்தோசம் நிலைத்திருக்க
மணந்திருப்பா...

தன்னை வருத்தி என்றுமே
தவமிருப்பா...
தாய்மைக் குணம் மாறாத
வரம் கேட்பா...

(பொறந்தா பொண்ணாப்
பொறக்கணும்...)

3

மழை மகிழ்ச்சி...

வானரசன் வாழ்த்துக்கூற
வையம் குளிருதே...
வான்மழையின் கருணைப் பார்வையில்
பூமி சிரிக்குதே...
பூத்துக் குலுங்குதே...

தூறல் மழையின்
துளி தழுவ
உள்ளம் சிலிர்க்குதே...
பெரும் மகிழ்ச்சி பிறக்குதே...
ஊரெல்லாம்
ஒற்றைச் சிந்தையில்
தவம் கிடக்குதே...
(வானரசன் வாழ்த்துக்கூற...)

ஏ.இரமணிகாந்தன் | துளிர்

‹32›

வேப்பந்தழையின்
விளிம்பில் மழை
வேர்த்துக் கொட்டுதே...
விழுந்த மண்ணின்
வாசம் பரப்பி
உயிர் நேசம்
ஊட்டுதே...

ஈசல் தும்பி
வானில் பறந்து
வருகை சொல்லுதே...
பெருமழையும் பேரிகையால்
முரசு கொட்டுதே...
ஈரக்காத்து மேனிதழுவி
இன்பமூட்டுதே...
பச்சை மரங்கள் குளித்து மகிழ்ந்து
நடனமாடுதே...

குருவிக்கூட்டம் குதூகலமாய்க்
கூடு தேடுதே...
மின்மினிகள் மெய்மறந்து
மேனி ஒளிருதே...
காகங்கள் கரைந்து
மழையில் தவமியற்றுதே...
தவளைகளும் தத்தித்தாவி
ராகம் பாடுதே...
(வானரசன் வாழ்த்துக்கூற...)

மாடப்புறா கதகதப்பாய்
உறுமிக் களிக்குதே..
ஈரக்காற்று ஈரத்தழயத்
தாலாட்டி மகிழுதே...

சிட்டுக்குருவி சிட்டாய்ப்
பறந்து மழை தெளிக்குதே...
சின்ன பிள்ளைகள்
தெருவெள்ளத்தில் கப்பலோட்டுதே...

வண்ணத்துப்பூச்சி தோகை குளிர்ந்து
ஓய்வெடுக்குதே...
சேவல்கோழி செவி குளிர
பாட்டுப் பாடுதே...
கருமேகங்களின் ஊர்வலங்கள்
கண்ணைக் கவருதே...
கால்பட்ட இடமெல்லாம்
குளிர்ச்சி பரவுதே....

கதகதப்பாய் உணவு உண்ண
மனசும் நினைக்குதே...
காற்றிலே மண்ணின் வாசம்
நுகர இனிக்குதே...
கூரைநனைந்து மழைநீரும்
சாரலடிக்குதே....
குமுழிகள் எல்லாம் ஓடும் நீரில்
கொஞ்சிப் பாடுதே...

அனலாட்டம் ஆடிய
அன்னை பூமியே
அமைதிபெற்று
உறங்கும் அழகு
இயற்கை மொழியே...
(வானரசன் வாழ்த்துக்கூற...)

4

விதைத்தவன் வேதனை...

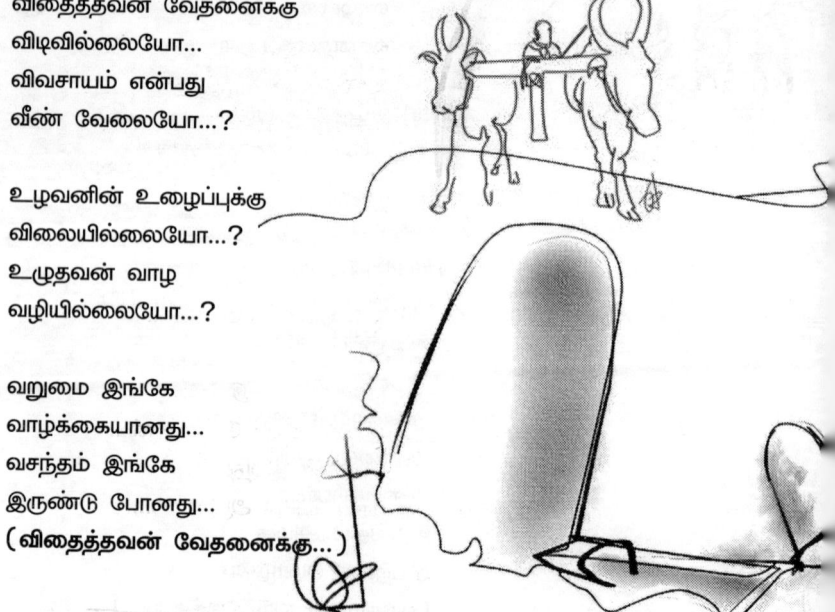

விதைத்தவன் வேதனைக்கு
விடிவில்லையோ...
விவசாயம் என்பது
வீண் வேலையோ...?

உழவனின் உழைப்புக்கு
விலையில்லையோ...?
உழுதவன் வாழ
வழியில்லையோ...?

வறுமை இங்கே
வாழ்க்கையானது...
வசந்தம் இங்கே
இருண்டு போனது...
(விதைத்தவன் வேதனைக்கு...)

துயரம் சுமந்து
துவண்டு துவண்டு...
தோல்வியே இங்கு
தொடர்கதை ஆச்சு...

வேதனை தீருமா?
விடுதலை பிறக்குமா?
இந்தக் கேள்விக்கு
விடைதான் கிடைக்குமா?

பட்டினி பழகி
பசிதான் விலகி
பட்டபாடுகள்
கொஞ்ச நஞ்சமா?

வறட்சியின் பிடியில்
வாழ்வைத் தொலைத்தோம்...
வானத்தைப் பார்த்து
காலத்தைக் கழித்தோம்!
(விதைத்தவன் வேதனைக்கு ...)

உழைத்து உழைத்து
ஓடாய்ப் போனோம்...
உழவனைக் காக்க
யாரையும் காணோம்...

விளைநிலம் இங்கே
விலையாய்ப் போனதால்...
வேர்கள் இழந்த
மரம் போல் ஆனோம்...

துளிர் | ஏ.இரமனிகாந்தன்

சோதனை மேல்
சோதனை ஆக...
சோதனை போடும்
வேதனை ஆச்சே...

பிறப்பிடம் பறித்து
போக்கிடம் இல்லா...
வேதனைக் கதையை
யாரிடம் சொல்ல...

**(விதைத்தவன்
வேதனைக்கு...)**

காலங்கள் மாறுமா?
கனவுகள் பலிக்குமா?
கடவுளுக்கு எங்கள்
அழுகுரல் கேட்குமா?

தலைமுறை தழைக்க
தாய்மண் பிழைக்க...
தலை கொடுத்தேனும்
தடுத்தாட்கொள்வோம்!

உயிரின வாழ்வே
உழவனின் வாழ்வு...
உணர்ந்தவர் மட்டுமே
உயிர் வாழ்வாரே!

எத்தனை தலைமுறை
இயற்கையாய் வாழ்ந்தோம்...
ஏனோ இழந்தோம்...
ஏனோ இழந்தோம்...
வீணாய் இந்த
இன்னலைச் சுமந்தோம்!

**(விதைத்தவன்
வேதனைக்கு...)**

5

எத்தன எத்தன சாமி...

எத்தன எத்தன சாமியிருந்தும்
எங்க பிரச்சின தீரல...
ஏற்றத்தாழ்வுகளும் மாறல...
ஏனிந்த சாமிக்குப் புரியல
(எத்தன எத்தன சாமியிருந்தும்)

மனுசன் படைச்ச சாமிய கும்புட
மக்களே ஒன்னா சேரல...
தெருவுக்கு ஒரு சிலை போதல...
மதக்கலவரமும் இங்கு ஓயல ...

கடலும் காத்தும்
மண்ணும் விண்ணும்
நெருப்பும் ஒழுங்குல இயங்குது...
மனுஷனிடமும் இருக்குது
மனம்தான் உணர மறுக்குது...

மார்க்கம் தந்த மயக்கத்தாலே
மனுசன் இன்னும் விழிக்கல...
சிலுவைச் சுமையை எறக்கல
சிந்திக்க இன்னும் படிக்கல...

மனுஷன் படைச்ச சாமியால
மனிதகுலத்த ஒழுங்குல
இயக்க ஏனோ முடியல
இன்னல்கள் தீர்ந்த பாடில்ல..
(எத்தன எத்தன சாமியிருந்தும்)

உலக உசுரக் கொன்னு கொன்னு
வயித்த வளர்க்க நெனக்கிறான்...
இயற்கை ஒழுங்கக் கெடுக்குறான்
அத நாகரிகம் முன்னு ஓலறுறான்!

சாதிக்கொரு சாமி வச்சதால்
சண்டைகளுக்கிங்குப் பஞ்சமில்ல...
சாதி பிரச்சனை ஓயவில்ல...
சனங்க நிம்மதியா வாழ வழியில்ல..

பேருலகத்தப் பட்டாப் போட்டு
துட்ட உயர்வா எண்ணுறான்...
பிறவி நோக்கத்தையே கொல்லுறான்
நிம்மதி இழந்து தவிக்குறான்...

காசுபணத்த எறச்சி எறச்சி,
காடுமேடாகத் திரியுறான்...
கடவுளைத் தேடி அலையுறான்
கண்டவன் காலுல விழுந்து வணங்குறான்..

உலகப் படச்ச சாமி பெயரால்
உலகை அழிக்க நினைக்கிறான்...
உயிர்கள மதத்தால் வதைக்கிறான்
கடவுள ஆளத் துடிக்குறான்...

சிரிக்க மறந்த மனுசன் தானே
சிலைகள இங்க வடிக்கிறான்...
தன்னுருவத்த அதில் பதிக்கிறான்
கடவுளுன்னு வெதைக்கிறான்,
உலகில் கடவுளுன்னு வெதைக்கிறான்....

மனுசன் படைச்ச சாமியக் கும்புட
மக்களே ஒன்னா சேரல ...
தெருவுக்கு ஒரு சிலை போதல...
மதக்கலவரம் இங்கு ஓயல ...
(எத்தன எத்தன
சாமியிருந்தும்)

6

பேரழகு... நீயே அழகு!

மெல்லிய வாசம்
மேனியில் வீசும்
மல்லிகை வாசம்
மனதோடு பேசும்
பேரழகு... நீயே அழகு!

மண்ணில் நடக்கும்
உன் பாதத்தின் ஓசை
என்னில் பிறக்கும்
புத்தம்புது இசை...
தென்றல் தாலாட்டும்
உன் கூந்தலில் ஊஞ்சல்
மின்னலை வீழ்த்தும்
உன் விழி பாய்ச்சல்...
பேரழகு...நீயே அழகு!

வானவில் தோற்றிடும்
வண்ணமும் உன்னில்
விண்மீன் நாணிடும்
உன் விழி கண்ணில்...
வெண்மேகத்தினும்

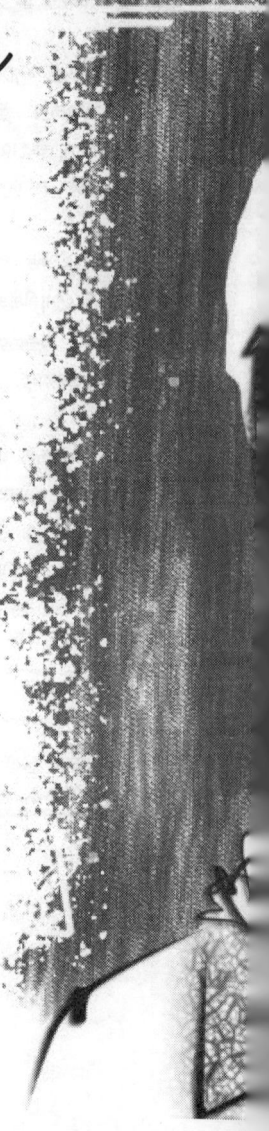

மென்மையோ மேனி...
உன்னில் தோற்பான்
இம்மண்ணில் ஞானி..
பேரழகு...நீயே அழகு!

செவ்வானத்தின் சிரிப்பை
இன்முகம் ஏந்தி
சிந்திடும் தேன்துளியைச்
சொற்களில் தடவி
விழியிடை அசைவால்
வித்தைகள் செய்வது...
பேரழகு...நீயே அழகு!

கடவுளின் தேசத்து
இளவரசி நீ
காணும் கண்களின்
புது விசை நீ
காமம் கடந்த
காதல் மொழி நீ
அன்பைச் சுரக்கும்
அமுத சுரபி
பேரழகு...நீயே அழகு!

என்னுயிர் அசைவுகள்
உந்தன் இருப்பில்..
நினைவலை பின்னலும்
இணைந்திடும் பிணைப்பில்..
ஓருயிர் ஆனோம்
உலகியல் விழிப்பில்
உன்னில் உயிர்த்தது
எனக்கென உலகு...
பேரழகு...நீயே அழகு!

7

காற்றின் மொழி..

ஓரறிவோ ஆறறிவோ ஓட்டம் ஒன்றுதான்
உயிர் ஓட்டம் ஒன்றுதான்!
ஓட்டமதைச் சுமந்து செல்வது காற்றைக் கொண்டுதான்
உயிர்க்காற்றைக் கொண்டுதான்!

ஐம்பூதத் தத்துவம்தான் உலகை இயக்குது...
ஐந்திலொன்றாய்க் காற்றினுடைய ஆட்சி நடக்குது...
ஆறறிவும் பேரறிவா மாறத் துடிக்குது...
ஆன்மாவின் சூட்சமமே காற்றில் மிதக்குது!

(ஓரறிவோ ஆறறிவோ...)

குழந்தைகளின் ஊடாக மழலையில் பேசும்
இளைஞர்களின் வாய்மொழியில் காதல் கணை வீசும்
பெற்றோரின் பேரன்பில் பொறுப்பு இருக்கும்...
மூத்தோர் சொல் மொழிகளெல்லாம் முதிர்ச்சியின் பெருக்கம்...

வடகிழக்குப் பருவக்காற்று மழையைக் கொடுக்கும்
தென்கிழக்குப் பருவ காற்று பெருவளத்தைப் பெருக்கும்
சூறாவளிப் பிறப்பெடுக்கும் கடலுக்குக் கீழே...
சுழற்றியடித்து விளையாடும் பூமிப்பந்தின் மேலே!

தொன்மங்களைத் தோற்றுவிக்கும் தொடர்ச்சி இதற்குண்டு
தொல் நாகரிகத் தொட்டிலாக வளர்ச்சி கண்டதின்று!
தென்றலாக வருடிக்கொடுத்துப் புத்தெழுச்சி ஊட்டும்
தீப்பிழம்பாய் உருவெடுத்து பெருஞ்சினம் காட்டும்!
(ஓரறிவோ ஆறறிவோ...)

ஊதைக்காத்து வாடைக் காத்து வடக்கிருந்து வீசும்
வசந்தமாகத் தென்றல்வந்து தென்மொழியைப் பேசும்
கருணைகொண்ட கார்முகில்கள் கிழக்கினில் உதிக்கும்
வலிமைமிக்கக் கோடைக்காத்து மேற்குல பிறக்கும்!

உயிரினங்கள் பெருகிவாழ மூலவித்து இதுவே
உடலியங்க உயிர்ச்சத்தான உருபொருள் இதுவே!
கடல்வணிகம் பழந்தமிழர் காற்றறிவை பேசும்
கடாரம் கொண்ட சோழன் மூச்சு உலகெலாம் வீசும்!

பேரியக்க மண்டலமே காற்றின் வாய்மொழி
பேராற்றலின் பெருங்கருணை அதனை உணரும் வழி!
ஆக்கலும் அழித்தலும் காற்றின் உரிமை...

ஆறறிவைப் பேரறிவால் மாற்றும் வலிமை...
இதை ஆழ்ந்து உணர வேண்டும்
காற்றைத் தாழ்ந்து வணங்க வேண்டும்...
(ஓரறிவோ ஆறறிவோ...)

8

விழிக்கவா...?
வீழ்த்தவா..?

விழிக்கவா வீழ்த்தவா
விடியலைக் காட்டவா
வேகத்தைக் கூட்டவா
வெப்பத்தைத் தீட்டவா..!

வாழவா சாகவா
வாட்டத்தைப் போக்கவா
விழியினில் விழிக்கவா
வேர்வையில் குளிக்கவா
(விழிக்கவா வீழ்த்தவா...)

உணர்வுக்கு உணவூட்டவா
உன்னிலே பிறக்கவா
ஊஞ்சலாய் ஆடவா
உள்ளத்தில் கரையவா

மணங்கொண்டு வீசவா
மஞ்சத்தில் மகிழவா
மார்பினில் உறங்கவா
மகிழ்ச்சியாய் மாறவா

காலையில் விழிக்கவா
காதலில் கலக்கவா
கசப்பையும் இனிக்கவா
காந்தமாய் இழுக்கவா

பார்வையில் ஈர்க்கவா
பாசத்தில் உருகவா
பாடலைப் பாடவா
பஞ்சத்தைப் பருகவா

அன்பிலே ஆழவா
ஆசையாய்ப் பேசவா
ஆடலைக் காணவா
ஆற்றலை ஊட்டவா
(விழிக்கவா வீழ்த்தவா...)

இனிமையை இயற்றவா
இன்பத்தை ஊட்டவா
இதழிலே பருகவா
இயற்கையை உணரவா

ஈதலைக் கற்கவா
ஈர்ப்பை விதைக்கவா
ஈடு இணையாகவா
ஈருடல் ஓருடலாகவா

மோகத்தைத் தூண்டவா
மோதித்தான் பார்க்கவா
மோனத்தில் ஆழ்த்தவா
மோட்சத்தைக் காட்டவா

எடுக்கவா தொடுக்கவா
எண்ணத்தில் இணையவா
என்னுடன் ஒன்ற வா
ஏகாந்தம் எய்தவா

போற்றவா புகழவா
பொன்னுடல் போர்த்தவா
பூவைச் சூடவா
போர்க்களம் காணவா
(விழிக்கவா வீழ்த்தவா...)

9

அன்பின் மொழியே...

அன்பின் மொழியே, ஆயுளும் நீயே
அழகாய்ப் பூத்த ஆனந்தம் நீயே
கருவறைப் பூவே, காதல் தீவே
கடவுள் படைத்த கடவுளும் நீயே!

பேசா மொழியின் பேச்சிலக்கணம் நீ
வீசும் தென்றல் காற்றின் மொழி நீ
நேசம் வீசும் அமுதசுரபி நீ
ஈகத்தை மிஞ்சும் பேரொளியும் நீ!
                (அன்பின் மொழியே)

வாழ்வுக்கு இனிமைதரும்
இசையும் நீயே...
வாசத்தை வீசிடும்
அன்பின் உருவே..
குடும்பப் பேரழகை
வரையும் தூரிகையே...
குன்றிட்ட பேரொளியைக்
கொண்ட தாரகையே...

ஆண்மைக்கு அழகு
சேர்க்கும் அற்புதமே
ஆழம் காண இயலாத
இறையின் உருவமே
ஈருடல் ஓருடல்
ஆக்கும் தத்துவமே
ஈன்ற பொழுதின்
பேரின்ப நிலையே...
(அன்பின் மொழியே)

அன்றில் பறவை கூடிது,
ஆனந்த யாழை மீட்டுது
தென்றல் தழுவிடும் பாட்டிது,
தேனின் இன்பத்தை ஊட்டுது...

துன்பத்தைத் துடைக்கும்
வித்தை கற்றவளோ...
இல்லற இன்பத்தின்
மூல ஊற்றிவளோ...

பேசாமல் பேச ஓர்
மொழியைக் கற்றவள்...
உலக அதிசயத்தில்
முதன்மை பெற்றவள்...
படைப்புத் தத்துவத்தின்
பேருருவானவளோ ...
பேருலகை ஈன்ற
தாய்க்கும் தாயிவள் ...
(அன்பின் மொழியே)

10

வந்துபோகும் வாழ்க்கையில...

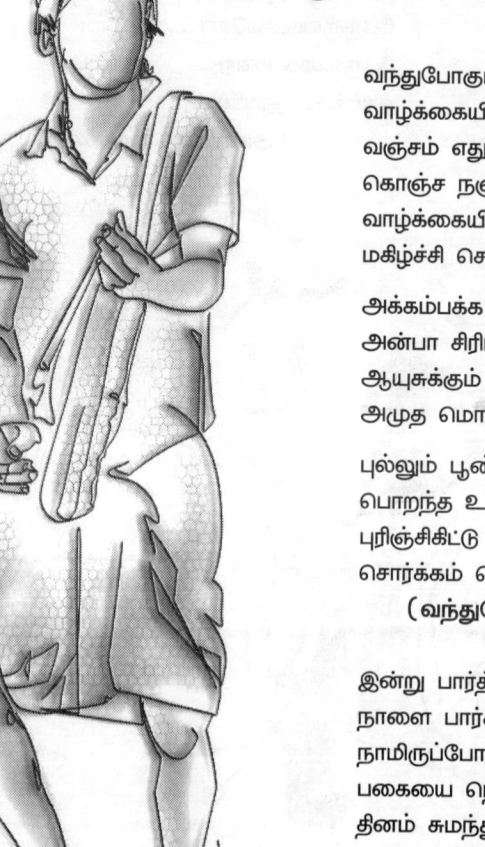

வந்துபோகும்
வாழ்க்கையில
வஞ்சம் எதுக்கு..?
கொஞ்ச நஞ்ச
வாழ்க்கையில
மகிழ்ச்சி செதுக்கு?

அக்கம்பக்க வீட்டப் பாத்து
அன்பா சிரிங்க...
ஆயுசுக்கும் அதுமட்டுமே
அமுத மொழிங்க...

புல்லும் பூண்டும் நம்மோட
பொறந்த உசுரு...
புரிஞ்சிகிட்டு வாழ நெனச்சா
சொர்க்கம் கொசுறு!
        (வந்துபோகும் வாழ்க்கையில...)

இன்று பார்த்தத
நாளை பார்க்க
நாமிருப்போமா..?
பகையை நெஞ்சில்
தினம் சுமந்து
வாழ்வத் தொலைப்போமா..?

பத்துத் தலைமுறைக்கு
சொத்துச் சேர்க்க
பாடுபட்டீங்க...
பத்து நொடியில் சாவுவந்து
பல்லை இளிக்குங்க!

மத்த உசுரும் வாழத்தானே
மண்ணுல பொறக்குது...
மகிழ்ச்சியான வாழ்வ பாத்து
ஏன் நெஞ்சு கொதிக்குது..?

செத்துப்போன மனுசங்களின்
பேரு தெரியுமா..?
உசுருபோன உடல நீங்க
தழுவ முடியுமா?

ஆடாத ஆட்டம் போட்ட
ஆளுங்க எல்லாம்..
ஆறடியில் அடங்கிப் போன
வரலாறப் பாரு!
(வந்துபோகும் வாழ்க்கையில...)

பெத்த புள்ளை சோறுபோட
நாம உழைத்திருக்கணும்...
பிணமாவே ஆனாலும்
சுற்றஞ் சூழனும்....

எத்தன காலம் வாழப் போறோம்...
யாருக்கும் தெரியல..?
எதுக்கு வந்து பொறந்திருக்கோம்
இன்னைக்கும் புரியல..?
சிரிச்சிப் பேசிப் பழகுவதுல

சிரமம் இருக்கு...
சிரிப்பு இல்லன்னா வாழ்க்க இல்லன்னு
புரிய மாட்டுது....

போலியான வாழ்க்க வாழப்
பழகிப் போயிட்டம்...
பொறந்ததுக்கு அர்த்தம் தேட
மறந்துபோயிட்டம்...

சாமிகளத் தேடித் தேடி
திரியப் பழகிட்டம்...
சாத்திவச்சி சாமி கும்புடும்
வித்தயப் படச்சிட்டம்...

மூடத்தனத்த முழுமனசா
ஏற்க முடியுது...
இந்த மண்ணில் மனிதநேயம்தான்
செத்து மடியுது!
(வந்துபோகும் வாழ்க்கையில...)

11

தழுவும் தென்றலின்...

ஆண்:
தழுவும் தென்றலின்
சிலிர்ப்பைப் பார்க்கிறேன்
தவிக்கும் உள்ளத்தின்
உணர்வைக் கேட்கிறேன்...

பெண்:
தாக நெஞ்சத்தின்
மோகம் உணர்கிறேன்
கூந்தல் சிறகினால்
குளுமை சூடுவேன்...

ஆண்:
உறக்கம் உன்னிடம்
இரவல் கேட்கிறேன்...
விழித்த நேரத்தில்
என்னை மறக்கிறேன்...

பெண்:
பிறக்கும்போதே நான்
உனக்காய் ஆகிறேன்
இயற்கை மீறலை
எதிர்க்க நினைக்கிறேன்....
(தழுவும் தென்றலின்)

ஆண்:
இமையைப் போல நான்
காவல் காக்கிறேன்
இன்ப ஓடத்தைப்
செலுத்தத் துடிக்கிறேன்..

பெண்:
தீட்டும் ஓவியம்
நானாய்த் தெரிகிறேன்
திசைகள் மறந்திங்கு
தோளில் சாய்கிறேன்...

ஆண்:
உலகப்போரையே
உனக்காய்
நடத்துவேன்...
உலக அழகியாய்
உன்னை மாற்றுவேன்...

பெண்:
உன்னில் என்னை நான்
உணரத் துடிக்கிறேன்...
உப்பு நீரையும்
இனிக்கக் குடிக்கிறேன்...
(தழுவும் தென்றலின்)

ஆண்:
கவிதை ஒன்றில் நான்
உன்னைப் புதைக்கிறேன்
காலம் முழுவதும்
தவத்தில் இருக்கிறேன்...

பெண்:
தரையும் கடலுமாய்த்
தவியாய்த் தவிக்கிறேன்...
ஆழிப்பேரலை
ஆகத் துடிக்கிறேன்...

ஆண்:
அண்டம் முழுவதும்
ஆள நினைக்கிறேன்
அரியணையிலே
இணையாய்
இருக்கிறேன்....

பெண்:
அல்லும் பகலுமாய்
உன்னைப் பார்க்கிறேன்
ஆயுள் முழுவதும்
ஆளத் துடிக்கிறேன்...
(தழுவும் தென்றலின்)

12

மனுசனோட காதலில்...

மனுசனோட காதலில்தான்
கலகம் பிறக்குது...
கடவுளையும் காதலிக்க
மதமே தடுக்குது...
இரண்டு உள்ளம் சேர்வதற்கு
என்ன பிரச்சின...
எங்கிருந்து வந்ததிந்த வாழ்க்கை
தடுப்பண...

உறவுகளின் சேர்க்கையில் தான்
உலகம் உருளுது...
உயர்வு தாழ்வ வெதச்சவனின்
சூழ்ச்சி புரியுது....
உயிரினங்கள் காதலிக்க
ஒரு தடையில்ல...
உயர்ந்தவன்னு ஒருவனையும்
கடவுள் படைக்கல...

மனசும் மனசும் ஒண்ணாக
வாழ்க்க பூக்குது...
மாயவித்த மணம் பரப்பி
உள்ளம் இனிக்குது...
நெலயில்லாத சொத்துபத்து
நெஞ்ச இணைக்குமா...
இயற்கையோட அறிவிருந்தா
சாதி தடுக்குமா..?
(மனுசனோட காதலில்...)

காதலுணர்வக் கடந்தவன்தான்
காதலத் தடுக்குறான்...
கரடுமுரடாக் கையாண்டு
மோதலப் பெருக்குறான்...
பற்றுபாசம் காதலுக்கு
ஒத்துவராது...
பாடையில போனாலும்
மனசு மாறாது...

கௌரவம்தான் வாழ்க்கையில
காதல தடுக்குது...
கண்முன்னால பெத்த புள்ளயக்
காவு வாங்குது...
காசு கொடுத்து வாங்க
உயிருக்கு வெலயா இருக்குது..
கண்ட பலன் ஒன்றுமில்லை
வாழ்க்க தொலையிது...

நேசம்தானே நெஞ்சுக்குள்ள
நெறஞ்சி கெடக்குது...
நெனைச்ச வாழ்க்க கிடைக்கலனா
நெஞ்சி வலிக்குது...
ஊட்டி ஊட்டி வளர்த்த உடம்பு

உடைஞ்சி போகுது...
ஊருக்காக வாழ நெனச்சி
உயிரப் பறிக்குது...
         (மனுசனோட காதலில்...)

பத்துமாசம் சுமந்த புள்ள
கலங்கித் தவிக்குது...
பாழாப்போன சாதிவந்து
வாழ்வக் கெடுக்குது...
ஒத்த மனசு இணையறப்ப
வாழ்வு இனிக்குது...
உறவே எதிர்த்து நின்னாலும்
காதல் ஜெயிக்குது...

காதல் என்பது கடவுளைப்போல்
காண அரியது...
கண்டுணர மறப்பவனுக்கு
கனவாய்த் தெரியுது...
விதவிதமாக் காதலுக்குப்
பேரு வச்சாங்க...
வீட்டுக்குள்ள பெண்ணப் பூட்டி
காவல் வச்சாங்க...

நடையுடையப் பார்த்து மயங்கும்
காதல் இன்னாங்க...
நல்ல மனச புரிஞ்சிக்காம
நடுத்தெருவில் விட்டாங்க...
பெத்த மனசு பித்துன்னு
சொல்லி வச்சாங்க...
பிள்ளைகளின் மனச படிக்க
மறந்து விட்டாங்க...
         (மனுசனோட காதலில்...)

13

மர்மத்தின் திசைவழி...

இமையிலே இமையிலே
ஏனிந்த பரவசம்
இதழிலே இதழிலே
பூக்குதே புது இசம்!

பார்வையில் பார்வையில்
படித்திடா புதினமே
புதுப்புது புதுப்புது
புரிதல்கள் நெஞ்சிலே!

மனதிலே மனதிலே
மாற்றத்தின் விடுகதை
மகிழவா மகிழவா
மர்மத்தின் திசைவழி!

பூக்கட்டும் பூக்கட்டும்
புன்னகைப் பரப்பட்டும்
வெளியிலே வெளியிலே
விரியத்தான் நினைக்கிறேன்!
(இமையிலே இமையிலே...)

வேதனை வேதனை
விடையின்றித் தவிக்கிறேன்
சொல்லவா சொல்லவா
சுடர்விடும் ஏக்கத்தை!

மெல்லவா மெல்லவா
புதைத்துத்தான் என்னிலே
பலவித பலவித
பார்வைகள் ஊரிலே!

பகிரவா பகிரவா
பாரம்தான் நெஞ்சிலே
பாசமே பாசமே
புரிந்ததா உணர்விலே!

உயிரிலே உயிரிலே
உன்னைநான் கலந்தேன்
உறக்கமே உறக்கமே
துறந்து நான் தவிக்கிறேன்!
(இமையிலே இமையிலே...)

நடக்குறேன் நடக்குறேன்
திசைவழி தொலைச்சுத்தான்
மறக்குறேன் மறக்குறேன்
என்னிலே உன்னை நான்!

நினைக்கிறேன் நினைக்கிறேன்
உன்னை நான் என்னிலே
பறக்குறேன் பறக்குறேன்
நேசத்தின் திசையிலே!

சுவைக்கிறேன் சுவைக்கிறேன்
சுகங்களை அனுதினம்
காண்கிறேன் காண்கிறேன்
கனவினை மறந்துதான்!

விழிக்கிறேன் விழிக்கிறேன்
விடைதந்து இரவுக்கு
படிக்கிறேன் படிக்கிறேன்
படித்ததைத் துறந்துநான்!
(இமையிலே இமையிலே...)

உறவுகள் உறவுகள்
உனையன்றி நினைவில்லை
உண்மையே உண்மையே
உணர்ந்தேன் நான் உன்னிலே

கண்டவன் கண்டவன்
கருத்தினில் வடிக்கல
காண்பவன் காண்பவன்
கணங்களை மறக்கல!

அனுதினம் அனுதினம்
அன்பில்தான் வையமே
ஆடவா ஆடவா
ஆனந்தக் கூத்தாடவா!

ஆசையாய் ஆசையாய்
அணைத்திடத் துடிக்கிறேன்
ஓசையால் ஓசையால்
ஒருகணம் தவிர்க்கிறேன்!
    (இமையிலே இமையிலே...)

மின்னலே மின்னலே
ஒருகணம் தோற்றதே
மிஞ்சவா மிஞ்சவா
மிஞ்சிட உன்னிலே!

இயற்கையே இயற்கையே
நம்மிலே அடக்கமே
இன்பமே இன்பமே
வாழ்க்கையின் தொடர்கதை!

துன்பமே துன்பமே
தொடர்வதில் வலியில்லை
சொர்க்கமே சொர்க்கமே
நம்மிலே பூக்குதே!

பருவங்கள் பருவங்கள்
பாதையைத் தேடுதே
உருவங்கள் உருவங்கள்
ஓய்விலே உழலுதே!
    (இமையிலே இமையிலே...)

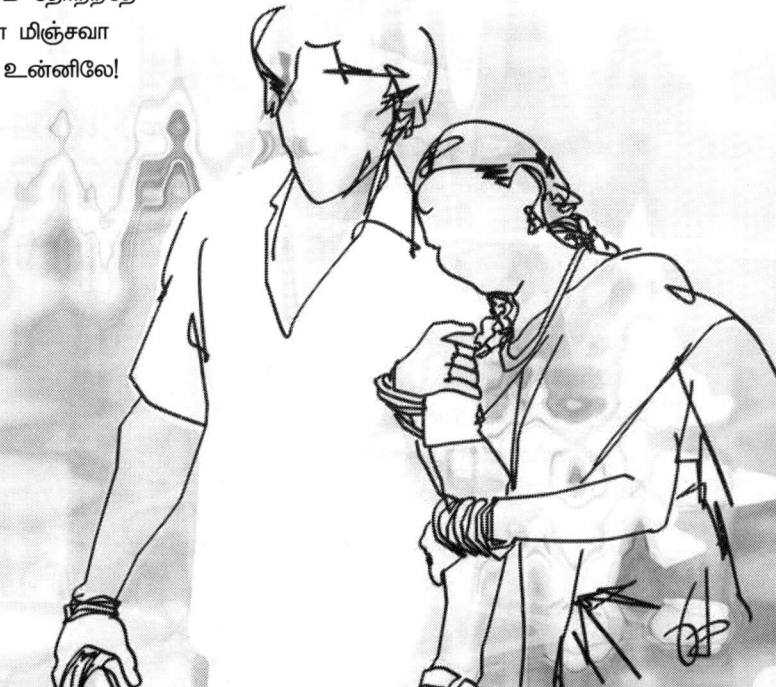

14

துள்ளும் இன்பம்...

பனி படர்ந்த காலையில்
பயணம் செய்யும் வேளையில்
பாடும் பறவைக் கூட்டங்களின்
பாவிசையைக் கேளுங்கள்...

உடல் சிலிர்க்கும் குளிரிலே
உள்ளம் குளிரும் பாருங்கள்
உண்மையான இன்பத்தை
உண்டு மகிழ்ந்து வாழுங்கள்...

கதிரவன் எழும் காலையில்
கதகதப்பின் சாரலில்
காணும் இன்பம் கோடியே
கண்டு மகிழ வாருங்கள்...
(பனி படர்ந்த காலையில்...)

மலர்களெல்லாம் சிரிப்பதும்
மகிழ்ந்து வண்டு பறப்பதும்
மணம்பரப்பி மகிழும் இன்பத்தை
மலர்களிடம் கேளுங்கள்...

தரையைக் கொஞ்சும் அலைகளின்
தாகம் தீரா கலைகளின்
தளர்வறியா இயக்கத்தின்
தந்திரத்தைக் கேளுங்கள்...

ஒற்றையடிப் பாதையில்
ஒய்யாரமாய்ப் போகையில்
ஒத்தடத்தின் சுகத்தைப் போல்
ஒரசும் புற்களிடம் பேசுங்கள்...

மரங்கொத்திப் பறவையின்
மகிழ்ச்சியான பணியினை
மனமொன்றிக் கேளுங்கள்
மனசில் இன்பம் சேருங்கள்...
(பனி படர்ந்த காலையில்...)

காக்கைகளின் கரைதலைக்
கவனமாகக் கேளுங்கள்
கூடிவாழும் வாழ்க்கையின்
கோடி இன்பம் கற்கலாம்...

தும்பியெல்லாம் துரத்தியே
துள்ளித் துள்ளி பறப்பதைத்
தூரநின்று பாருங்கள்
துள்ளும் இன்பம் உணருங்கள்...

குழந்தைகளின் உறக்கத்தைக்
கூர்ந்து நாளும் காணுங்கள்
கொள்ளை போகும் உள்ளமே
கொடுக்கும் இன்ப வெள்ளமே...

துயிலெழும்பும் வேளையில்
துணையின் தோளைத் தாங்குங்கள்
துன்பம் இல்லை வாழ்வினில்
தொடரும் இன்பப் பயணமே...
(பனி படர்ந்த காலையில்...)

15

அமுதமொழி நீயா?

ஆண்:
குயிலுக்குக் குரலோசை
கொடுத்தவள் நீயா?
கும்மிருட்டுக்கு மின்மினியைப்
படைத்தவள் நீயா?

குளிர்க்காற்றில் குளிர்ச்சியைக்
கலந்தவள் நீயா?
குற்றால அருவியின்
குத்தகைத் தாயா?

பெண்:
விண்வெளியில் விண்மீனை
விதைத்தவன் நீயா?
வயல்வெளிக்குப் பசுமையை
அளித்தவன் நீயா?

வான்மேகக் கூட்டங்களை
மேய்ப்பவன் நீயா?
வற்றாத நதியூற்றின்
இருப்பிடம் நீயா?

ஆண்:
ஆழ்கடல் அலைகளின்
ஓசையும் நீயா?
ஆகாய சந்திரனின்
குளுமையும் நீயா?

அன்பெனும் ஆனந்தத்தின்
உணர்வும் நீயா?
அள்ள அள்ளக் குறையாத
அன்பெனும் ஊற்றா?

பெண்:
அண்டங்களை ஆட்சி செய்யும்
ஆற்றலும் நீயா?
அனுதினமும் ஓய்வறியா
ஆனந்தக் காற்றா?

அழுக்கு அழகு சேர்க்கும்
ஓவியம் நீயா?
அலையலையாய் கிளர்ந்து எழும்
ஆனந்த ஊற்றா?

ஆண்:
தடம் பதிந்த மணல்வெளியின்
அழகோவியம் நீயா?
தாவிவரும் மழலைகளின்
அமுதமொழி நீயா?

தணல் தனிலே தணிக்கின்ற
அனலும் நீயா?
தாகம் போக்க அருந்துகின்ற
அமுதநீர் நீயா?

பெண்:
பறந்துதிரியும் பறவைகளின்
விசையும் நீயா?
பாரெங்கும் பரவிநிற்கும்
பேரொளி நீயா?

16

மெல்ல மெல்ல மீறவா..?

மெல்ல மெல்ல மீறவா...
மேனி ஒன்றாய் மாறவா...
மிச்ச மீதி தேடவா...
மெல்லிசையில் பாடவா..?

சப்தசுரமாய் மாறவா...
சாரல் மழையாய்த் தூறவா...
சாகசங்கள் காட்டவா...
சாய்ந்து தோளில் தூங்கவா..?

ஆற்றுநீராய் மாறவா...
அலைகடலைத் தேடவா...
அன்றிலாக வாழவா...
ஆகாயத்தில் நீந்தவா..?
         (மெல்ல மெல்ல மீறவா...)

நடந்து நாளும் பேசவா...
நறுமணத்தை வீசவா...
நாழிகையாய் நகரவா...
நாணத்தைத் துறக்கவா..?

காதலைக் கற்கவா....
காற்றிலே கலக்கவா...
கருணையாய் மாறவா...
காலமுழுதும் வாழவா..?

திங்களில் பேசவா...
தேகத்தில் சிலிர்க்கவா...
தேன்சுவை அருந்தவா...
தேனிலவாய் தினமும்வா..?

மழலையாய்க் கொஞ்சவா...
மடியினில் துஞ்சவா...
மயக்கத்தில் கெஞ்சவா...
மரணத்தை மிஞ்சவா..?

உன்னிலே உறங்கவா...
உலகத்தை இரசிக்கவா...
உண்மையை உணரவா...
உச்சத்தில் திளைக்கவா..?
 (மெல்ல மெல்ல மீறவா...)

பஞ்சத்தில் வாடவா...
பாதையைத் தேடவா...
பாசத்தைக் காட்டவா...
பருவத்தைப் பகிரவா..?

வித்தையைக் கற்கவா...
வீழ்வதில் முந்தவா...
வீணையாய் மாறவா...
விழிப்பிலே வீழ்த்தவா..?

சொந்தமாய் மாறவா...
சுவைகளை ருசிக்கவா...
சோகத்தைப் பகிரவா...
சொர்க்கத்தைப் படைக்கவா..?

மயக்கத்தைப் போக்கவா...
மனசிலே பூக்கவா...
மகிழ்ச்சியை உண்ணவா...
மரணத்தை வெல்லவா..?

அமுதமாய் மாறவா...
ஆனந்தத்தில் ஊறவா...
ஆசைகளை அள்ளவா...
ஆழ்கடலில் துள்ளவா..?
 (மெல்ல மெல்ல மீறவா...)

17

இலக்கணம் மாறு...

காதலிங்கு காதலிங்கு
கடவுளப்போல...
காதலிக்கத் தேவையில்ல
காரணங்கூட....

பரவிக்கெடக்கு பரவிக்கெடக்கு
பக்தியப்போல...
பாகுபாடு கெடயாது
காதல் முன்னால...

பரிகாசம் பண்ணுவாங்க
பாக்குறவங்க...
பரவசத்தால் மரத்துப்போகும்
மானம் ஈனங்க...

நல்லவன் கெட்டவன்லாம்
இல்ல காதல் முன்னால...
நடிக்கப் படிக்கத் தெரிஞ்சிகிட்டா
ஜெயிக்கும் தன்னால...
(காதலிங்கு காதலிங்கு....)

மொல்லமாரி முடிச்சவிக்கினு
மொகத்தில் தெரியிது...
சாதிசனம் சாகடிக்கும்னு
சரியாப் புரியுது...

கள்ளத்தனமாக் காதலிக்கிறோம்
காலங்காலமா...
கஞ்சா விக்கிறவன் காதலிக்கிறது
பெரிய குத்தமா..?

பத்துபேர பல்லிளிச்சிப்
பாத்துப் பொறுக்குறா...
பாசாங்கு மொழியப் பேசி
ஆளக் கவுக்குறா...

சொத்துபத்து சொகத்ததானே
தேடி அலையுறா...
சொக்கவச்சிச் சோறுதண்ணிக்கித்
தெருவில் தள்ளுறா...
(காதலிங்கு காதலிங்கு....)

ஆளரவம் இருந்தாலும்
அணைச்சி மயக்குறா...
பொது எடத்துல
கூசாம முத்தம் கொடுக்குறா...

காதலுக்கு இலக்கணத்த
வகுத்தவன் யாரு...
கண்டுக்காத நாம் வகுப்போம்
இலக்கணம் நூறு...

இலட்சம் பேரு காதல் வளரும்
கரும்புத் தோப்புல...
காதல் இலட்சியத்த யாரு பாத்தா
கடற்கரையில...

பத்திக்குது காதல் இப்ப
பள்ளிவகுப்புல...
பாசமெல்லாம் பாழாப் போச்சி
பெத்த மனசுல...
(காதலிங்கு காதலிங்கு....)

மூத்தவங்க எல்லாருக்கும்
மூளையே இல்ல...
நாங்க கடந்துவந்த பாதைய
மறந்ததே தொல்ல...

குசுகுசுன்னு பேசிகிட்டு
கொடுமப் படுத்துறாங்க...
குடும்பமே கொலவெறியில
ஆளச் சுத்துறாங்க...

கல்லூரியே கனவுகாண
கெடச்ச எடங்க...
காதலிக்கக் கட்டுப்பாட்ட
ஏன் விதிக்கிறாங்க..?

பைக்கு மேல பறக்குறாங்க
ஈசிஆருல ...
பொதருக்குள்ள போத ஏத்த
கூடிக்கிறாங்க...
(காதலிங்கு காதலிங்கு...)

கட்டுப்பாடு ஏதுமில்ல
நியூ இயருல...
காலிபாட்டலு காதலோடு
உருளுது இங்க...

பூவுக்குள்ள நறுமணத்தப்
படச்சது எதுக்கு...
பூசிக்காத பூக்களுக்கு
வாசன எதுக்கு...?

கசமுசாப் பண்ணாத
காதலு ஏது...
புனிதத்தப் போத்தி அத
நாறடிக்காத...

எக்குத்தப்பா என்ன இப்ப
நடந்துபோச்சி...
ஊருலகம் பாக்காத
கதயா ஆச்சி...
(காதலிங்கு காதலிங்கு...)

18

சமூகத்தின் சக்கரம்...

படைத்தவனைப் படைத்தவள்
பெண்ணே...
பரம்பொருளின் பாதியும்
பெண்ணே...

உயிரினத்தின் தோற்றமும்
பெண்ணே...
உணர்ந்தவர்கள் உரைத்தனர்
முன்னே...

உலகமுய்ய உழைப்பவள்
பெண்ணே...
உயிர்க்காற்றின் மூலமும்
பெண்ணே...

பேரன்பின் பிறப்பிடம்
பெண்ணே...
பெற்றவர்களின் பேரின்பம்
பெண்ணே...
(படைத்தவனைப் படைத்தவள்...)

ஓய்விலாது உழைப்பவள்
பெண்ணே...
ஒருயிரும் உணர்ந்தவள்
பெண்ணே...

வாழ்க்கையின் வடிவமே
பெண்ணே...
வற்றாத வழித்துணை
பெண்ணே...

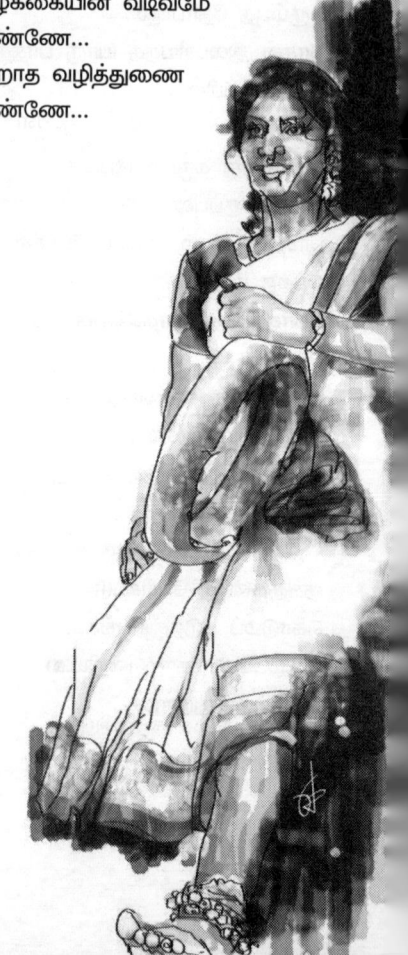

ஏ.இரமணிகாந்தன் | துளிர்

உறவுகளின் பிறப்பிடம்
பெண்ணே...
உலகவாழ்வின் இருப்பிடம்
பெண்ணே...
சமூகத்தின் சக்கரம்
பெண்ணே...
சாதனையின் சரித்திரம்
பெண்ணே...
(படைத்தவனைப் படைத்தவள்...)

கருணையின் உருவமே
பெண்ணே...
காதலின் பொருளும்
பெண்ணே...
எண்ணங்களில் உயர்ந்தவள்
பெண்ணே...
ஏணிப்படியாய் இருப்பவள்
பெண்ணே...

இயற்கையின் இயல்பே
பெண்ணே...
இன்பத்தின் இருப்பிடம்
பெண்ணே...
அன்பின் அமுதசுரபி
பெண்ணே...
ஆனந்தத்தின் அடையாளம்
பெண்ணே...
(படைத்தவனைப் படைத்தவள்...)

சோதனையைச் சுமப்பவள்
பெண்ணே...
சோர்வறியாச் சுழற்சியும்
பெண்ணே...

வீரத்தின் விளைநிலம்
பெண்ணே...
வெற்றிக்கனி பறிப்பவள்
பெண்ணே...
அரசியலில் ஆளுமை
பெண்ணே...
அறிஞர்களின் ஆன்மா
பெண்ணே...
சாதிகளைத் தகர்ப்பவள்
பெண்ணே...
சாதனையின் தோற்றமும்
பெண்ணே...
ஆண்மகனை ஆள்பவள்
பெண்ணே...
அறிவினையும் அளிப்பவள்
பெண்ணே...
(படைத்தவனைப் படைத்தவள்...)

பற்றற்று இருப்பவள்
பெண்ணே...
பந்தத்தைக் காப்பவள்
பெண்ணே...
சொர்க்கத்தைப் படைப்பவள்
பெண்ணே...
சுகத்தை அளிப்பவள்
பெண்ணே...
விவேகத்தின் வித்திடம்
பெண்ணே...
வசந்தத்தின் வாழ்விடம்
பெண்ணே....
(படைத்தவனைப் படைத்தவள்...)

19

ஏருழுது போருழுது...

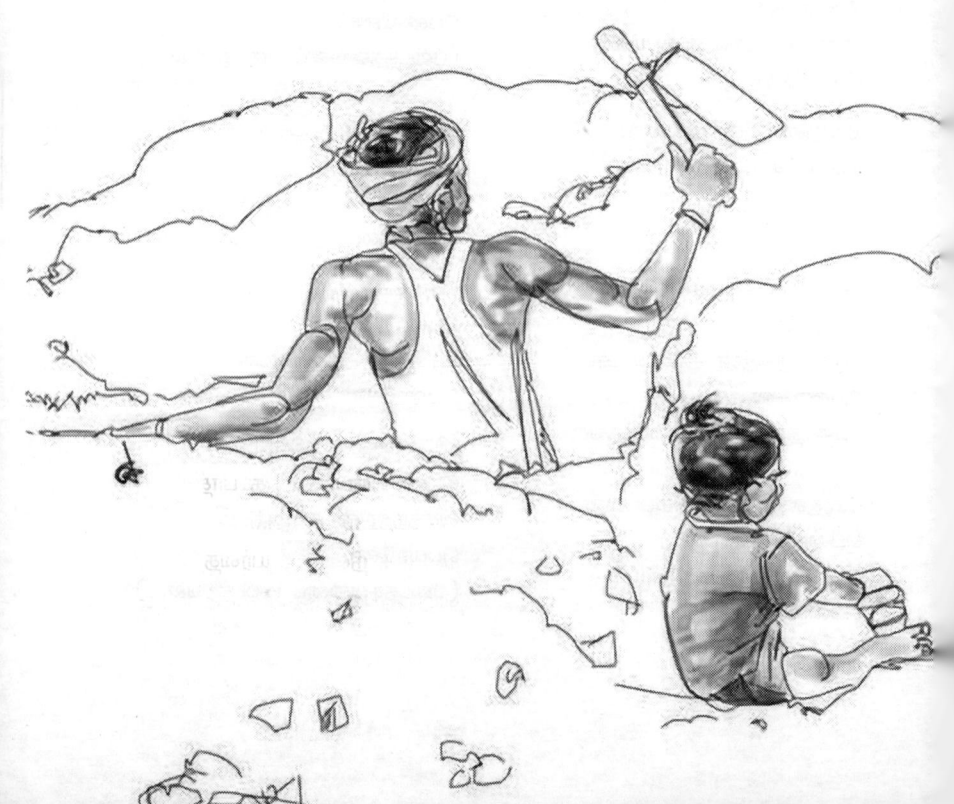

ஏ.இரமணிகாந்தன் | துளிர்

ஏருழுது போருழுது
வாழ்ந்த இனமுங்க...
போரொழிந்து ஏர நம்பி
வாழும் சனமுங்க...

முப்போகம் பயிர் வெளஞ்சி
செழித்த பூமிங்க...
வானம் பாத்த பூமியாக
வாடிப் போச்சிங்க...

ஊருக்கெல்லாம் சோறுபோட்ட
ஒசந்த இனமுங்க...
சோத்துக்காக அலைய விட்டது
யாரு குத்தங்க...

பல்லுயிரினம் எங்களோட
வாழ்ந்த பூமிங்க...
பட்டுப்போன கதையச் சொன்னா
கண்ணீர் விடுவீங்க...

நகநட்ட வச்சித்தானே
நடவு செஞ்சாங்க...
அறுவடை வீடு சேராம
அழிஞ்சி போச்சிங்க...

காலமெல்லாம் உழுது உழுது
காத்துக் கிடக்காங்க....
விளச்சலுக்கு விலை இல்லாம
வீழ்ந்து போனாங்க...

பஞ்சத்தப் பார்த்தறியா
மரபினமுங்க...
பரதேசியா அலையும்
நிலையப் பாருங்க..

உழச்சவன் கணக்கு பாத்தா
ஒன்னும் மிஞ்சாது...
வாழ்க்க நிலை உயர்வதற்கு
வழி இங்கு ஏது..?

20

உறங்கி விழிப்பது...

உறங்கி விழிப்பது
உலக வழக்கது
உறங்கவா... விழிக்கவா...
உன்னிலே...

வாழ்வும் இனிக்குது
வசந்தம் பிறக்குது
வாழவா... வாழ்த்தவா...
என்னிலே...

பூவும் சிரிக்குது
பூத்துக் குலுங்குது
பூக்கவா... மணக்கவா...
உன்னிலே...

சுவாசம் பேசுது
சுகந்தம் வீசுது
சுவாசமாய் ...இயங்கவா...
என்னிலே....
  (உறங்கி விழிப்பது...)

எங்கும் வீசும்
இன்ப வாசம்
உன்னில் தேடவா...
உணர்ந்து கூடவா..?

தேனும் தினையும்
பாலும் பழமும்
பருக நீயும் வா...
பார்த்துப் பேசவா..?

இன்பம் தேடும்
இனிய வாழ்வில்
நானும் கலக்கவா...
இணையாய்ப் பிறக்கவா..?
  (உறங்கி விழிப்பது...)

நிலவின் ஒளியில்
நிசப்த வெளியில்
நீந்திக் கடக்கவா....
நாளும் இனிக்கவா...

பருவ வலியின்
தாகம் தீர்க்க
பகிர ஓடிவா...
பதுமையாக வா....

காற்றில் கலந்து
கவனம் மலர்ந்து
காதல் பூக்கவா...
காயம் மாற்றவா..?

நெஞ்சம் நெகிழ்ந்து
நேசம் சுமந்து
நினைவில் ஊறவா...
நெருடல் தீரவா...

இதழ்கள் பேசி
இன்பம் வீசி
உயிரில் கலக்கவா...
உணர்வாய்ப் பிறக்கவா...
    (உறங்கி விழிப்பது...)

மின்னலில் மேகமாக
மேனியெங்கும் தாகம்தீர
மகிழ்ந்து இருக்கவா...
மயக்கம் பிறக்கவா...

கொஞ்சும் மொழியில்
கெஞ்சிப் பேசி
கோபப் பார்வை வீசி
விழிகளாலே பேசவா!

தஞ்சம் உந்தன்
நெஞ்சம் என்று
கொஞ்சம் கொஞ்சமாக
நானும் மிஞ்சவா...
உன் மேனி மஞ்சமா?
    (உறங்கி விழிப்பது...)

21

காத்து வெளி...

பேசாமப் பேசாம
பேசுறியே...
பேசவந்தாப் பேரலையா
வீசுறியே...

பாக்காம பாக்காமப்
பாக்குறியே...
பாத்துட்டாப் படமெடுத்து
சீறுறியே...

அனுபல்லவி:
காலைவெயில் கடலாக
ஜொலிக்கிறயே...
காத்தடிச்ச மேகமாக
இருக்கிற....

மௌனத்தைக் கேடயமாப்
பிடிக்கிற...
மனசுக்கு மடயக்கட்டித்
தடுக்குற...
(பேசாம பேசாமப் பேசுறியே...)

தொட்டுவிடும் தூரத்துல
கடக்குறியே...
தொடவந்தா தொட்டாசிணுங்கியா
சிலுக்குறியே...

ஆலமரத்தடியில்
அமர்ந்து சிரிக்கிறியே...
ஆழ்மனசுல ஆசைமறைச்சு
வதைக்கிறியே...

பூக்களோடு பூக்களாக
மணக்கிறியே...
நாராக நான் மணக்கத்
தடுக்குறியே....

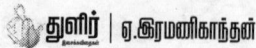

‹74›

பேசும் சொல்லின் ஒலியாக
இருக்குறியே...
பேச்சையெல்லாம் ஆழ்மனசுல
அடைக்கிறியே...

மூச்சுவிட காத்து வெளி
கொடுக்குறியே...
நான் முகர்ந்தால் ஓடிவந்து
தடுக்குறியே...

பாத்துப் பாத்துச் சமைச்சதெல்லாம்
ருசிக்கிறியே...
பந்தியில பங்குகேட்டா
மொறைக்கிறியே...

குழாயடிச் சண்டைபோட்டா
இரசிக்கிறியே...
குனிஞ்சி குடமெடுத்தாப்
பசிக்கிறியே...

முந்தானையில் முடிச்சிபோட
நினைக்கிறியே...
முத்தத்துல மோதிக்கொள்ள
மறுக்கிறியே...

வெக்கத்துக்கு விடுமுறையை
அளிக்கிறியே...
வேதனையில் தவிக்கவிட்டுச்
சிரிக்கிறியே...
(பேசாம பேசாமப் பேசுறியே...)

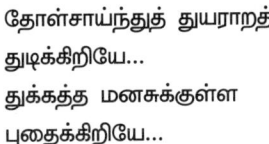

பக்கத்துல நானமர்ந்தாப்
பறக்குறியே....
பாசத்துக்குப் பொருளத் தேடித்
தவிக்கிறியே...

மோகத்தின் முடிச்சவிழ்க்கத்
துடிக்கிறியே...
மோசமா என்ன நெனச்சித்
தவிர்க்கிறியே...

தேன்கூடா நீயிருந்து
இனிக்கிறியே...
தேனருந்த பக்கம் வந்தா
துரத்துறியே...

தோள்சாய்ந்துத் துயராறத்
துடிக்கிறியே...
துக்கத்த மனசுக்குள்ள
புதைக்கிறியே...

பருவத்துப் பசியாறப்
பாக்குறியே...
பக்கம்வந்தா பாதையையே
மாத்துறியே...

கண்ணால காதல நீ
காட்டுறியே...
காற்றில் விட்ட பட்டம் போல
பறக்குறியே...

நெஞ்சத்துல நேசத்த
நெறைக்கிறியே...
நெருக்கத்தில் தீயா எனை
எரிக்கிறியே...

திங்களும் ஞாயிறுமாய்
இருந்துவிட்டா...
திசைகளின் போக்கிலேயே
பறந்திடலாம்...

வாழ்க்கை இலக்கணத்தை
விலக்கிவிடு...
சுதந்திரச் சிறகடிச்சிப்
பறந்துவிடு!

(பேசாம பேசாமப்
பேசுறியே...)

22

எளிதா வாழப் பழகு...

எங்கடா இருக்குது அதிகாரம்
யாரிடம் காட்டுற உன் வீரம்...
பொங்கினால் கலையும் அரிதாரம்
புகட்டுவோம் உனக்குப் புதுப்பாடம்..

வாழ்க்கை என்பது ஒருதரமே
வாழ்ந்திடு நீயும் இக்கணமே
வலியவன் எளியவன் பேதமில்லை
வர்க்கங்கள் வாழ்வது சாபமில்லை!
(எங்கடா இருக்குது அதிகாரம்...)

தோற்றம் என்பது தொடர்ந்திடுமே
தொகையாய் மாற்றம் பிறந்திடுமே
ஏற்றம் இறக்கம் இயல்பு இங்கு
எளிதா வாழப் பழகு இங்கு...

படைப்பில் அனைத்தும் சரிசமமே
பகுப்பதும் வகுப்பதும் மனிதயினமே
உறக்கத்தில் வாழ்வது வாழ்க்கையில்லை
உணர்ந்திடல் தவிர மாற்றமில்லை!

ஒவ்வொரு கணமும் செலவாகும்
ஓர்மையில் வாழ்வது வரவாகும்
விழிப்பு உணர்வே விளைவாகும்
வேதனை விலகும் மருந்தாகும்!

இருப்பை உணர்வது இயல்பாகும்
இன்பத்தைப் பெருக்கும் வழியாகும்
துன்பங்கள் இருப்பது தொலைதூரம்
துவண்ட மனதில் குடியேறும்!
      (எங்கடா இருக்குது அதிகாரம்...)

வெற்றியும் தோல்வியும் விளையாட்டு
விழிப்புணர்வோடு அதைத் தாலாட்டு
பயன்நோக்கி வருவது நட்பல்ல
பயணத் தொடர்ச்சிக்கு வழியல்ல!

குடும்பப் பிணைப்பு வழிமுறையே
கொள்கை வகுக்கும் தலைமுறையே
அன்பும் பாசமும் வளர்பிறையே
அனைத்தும் வாழ்வில் சுழல்முறையே!

உழைப்பே வாழ்வின் உயிர்ப்பாகும்
உணர்தல் வாழ்க்கையைச்
செழிப்பாக்கும்..
காலத்தின் நகர்வே களிப்பாகும்
காயங்கள் கணத்தை விழிப்பாக்கும்!

பேதங்கள் பிணியின் உருவாகும்
பிரச்சினை பிறக்கும் வழியாகும்!
      (எங்கடா இருக்குது அதிகாரம்...)

23

உண்மையச் சொமந்த சனம்...

தொகையறா (உரை பாட்டு):

உண்மையச் சொமந்த சனம்
உணர்வத்துப் போச்சிதுங்க...
செழுமையா வெளஞ்ச நெலம்
செத்து தான் கெடக்குதுங்க...
வாழ்வாங்கு வாழ்ந்த சனம்
வழியத்து நிக்குதுங்க...
வழியத்து நிக்குதுங்க....

கௌதாரி புடிக்க
ஒனக்கு ஆச பிறக்குமா...
கண்ணிவச்ச காலம் தான்
நெஞ்சில் இனிக்குமா....

கரும்பு ஒடிச்சித் தின்னகாலம்
இனியும் திரும்புமா...
கடுங்குளிரில் தண்ணிமாறும்
சுகம் தான் கிடைக்குமா..?

பாக்கப் பாக்க ஆசையா
இருந்த காலம் ஒண்ணு...
பார்வையில அள்ளித் தானே
போட்டுட்டாங்க மண்ணு...

வரப்பு வாய்க்காலுல இனி
நடக்க வாய்க்குமா...
வசந்தகால புல் நுனியில்
பனியும் பூக்குமா...?

அசரமீனு பிடிக்க உனக்கு
ஆர்வம் இருக்குமா....
குதரக்காலில் மீன் பிடிச்ச
கொழம்பு பிடிக்குமா...
(பாக்கப் பாக்க ஆசையா)

கோட்டிப்புல்லு வெளயாட
கூட்டு சேப்போமா...
குதூகலமா ஏரியில
குளித்து மகிழ்வோமா....

பாறையில கார்த்திகைக்குக்
கரியரைப்போமா...
ராத்திரியில் காத்துமேல
நெருப்பை வெதைப்போமா?

மம்புட்டியத் தூக்கிக்கிட்டுக்
கொல்லைக்குப் போவமா....
வெள்ளெலிய வெரட்டி
வெரட்டி சுட்டுத் திம்போமா...

நெறைஞ்ச கெணத்து
தண்ணியில சூரி பாய்வோமா...
நேரங்காலம் தெரியாம
நீச்சல் அடிப்போமா...

கூழுதண்ணி குலுக்கி குடிச்சிக்
கூடி வாழ்வோமா...
கொலப்பசிக்குப் பழைய சோறு
கஞ்சி திண்போமா....

தோளுமேல ஏர்கலப்பயத்
தூக்கிப் போவோமா...
தோழமயான காளமாட்ட
தொழுது உழுவோமா...

பட்டாம்பூச்சி பறக்குறதப் பாத்து
மகிழ்வோமா....
பாதையில பாம்பக் கண்டு
பதபதைப்போமா...

புளியம்பழத்தில் ஆட்டுப்பால
ஊற வைப்போமா...
புளிப்புச் சுவையில் இன்பம்காண
ருசிச்சி உண்போமா...
(பாக்கப் பாக்க ஆசையா)

தும்பிய வெரட்டிப் பிடிக்க
தொரத்திடுவோமா...
தூக்கணாங் குருவிக்கு
இரை கொடுப்போமா...

களத்துமேட்டில் கூட்டாளிகளோடு
காவல் காப்போமா...
பொரிவிளங்கா உண்டை உருட்டி
சூடா தின்போமா....

பனங்காயப் பறிச்சிபோட்டு
உறிஞ்சித் திம்போமா...
பனங்காவண்டி பாதையில் ஓட்டி
குதூகளிப்போமா...

ஏரிக்குள்ள ஒன்னாப் போயி
மீன் பிடிப்போமா...
ஏலமீனப் பங்கு போட்டு
தின்னு தீப்போமா..

நெல் அறுத்துக் களத்துமேட்டுலக்
கதிரடிப்போமா...
மாட்டக் கட்டி பொணயடிச்சி
நெல் குவிப்போமா...

மின்மினியின் வெளிச்சத்துல
இரவ ரசிப்போமா...
மீன் கொத்திப் பறவைக்கு
சிலை வடிப்போமா....

கம்புக் கொல்லையில்
குருவியோட்டப் பறையடிப்போமா...
காத்தாடி செஞ்சிகிட்டு
ஓட்டிப் பாப்போமா....

பூவரசு இலை சுருட்டி
இசை அமைப்போமா..
ஊர்நடுவுலக் கூடி நின்னு
கூத்து பாப்போமா....
(பாக்கப் பாக்க ஆசையா)

24

பயணித்த பாதைகள் ...

பயணித்த பாதைகள்
பல தூரம்...
பார்த்தால் மனதில்
பெரும்பாரம்...

சுமைகளை இறக்க
வழிதேடும்...
சுயத்தை உணர்ந்தால்
சுகங்கூடும்....

மனதின் அலைகள்
திசைமாறும்...
மாற்றத்தைத் தேடி
தினமோடும்...

தொடர்ச்சியை உதர
துணைபோகும்...
தொல்லைகள் கூட
வழிதேடும்...
    (பயணித்த பாதைகள்
      பல தூரம்...)

பாதைகள் போகும்
பல திசையில்..
பயணங்கள் நமக்கோ
ஒரு வழியில்...

பருவங்கள் பறக்கும்
அதன் இயல்பில்...
பாடத்தை வகுப்போம்
திசை உருவில்..

வாழ்க்கையின் போக்கு
மாறாது...
வழித்துணை என்றும்
உதவாது..

வளங்கள் வாழ்வின்
ஒரு கூறு...
வாய்ப்புகள் வருவது
நிற்காது...

பார்வையில் படுவது
பல நூறு...
பயணத் துணையாய்
அதைப் பாரு...

பகுப்பதும் வகுப்பதும்
வீண் வாழ்வு...
பயங்களில் பிறக்குது
உன் தாழ்வு...

இருப்பை மறப்பது
இயல்பில்லை...
இயற்கை அதற்கு
துணையில்லை...

இன்பம் என்பது
இன்பமில்லை...
இயல்பே அதனின்
கால எல்லை....
    (பயணித்த பாதைகள்
      பல தூரம்...)

துளிர் | ஏ.இரமணிகாந்தன்

துயரங்கள் தொடர்வது
தூரமில்லை...
தோள்களில் இறக்கத்
தடையில்லை...

வாழ்க்கை என்பது
வழியில்லை...
வாழ்பவர் வகுக்கும்
விதியில்லை....

உயிர்களின் உணர்வுக்கு
எல்லையில்லை...
உணர்ந்தவர் வாழ்வில்
தொல்லையில்லை...

மாண்டவர் மீண்டும்
பிறப்பதில்லை...
மறுஜென்மம் என்பது
மாயவலை...

தேடிடும் வாழ்க்கை
தூரமில்லை...
தேடல்கள் இன்றி
வாழ்வில்லை...

மரபின்றி உயிர்களின்
தொடர்ச்சியில்லை...
மாற்றங்களுக்கு இங்கு
எல்லையில்லை...

கனவுகள் என்பது
கானல் மரம்...
காய்த்திடும் கனியினால்
ஏது சுகம்...

அன்பில் பிறப்பது
இயல்பின் சுகம்...
ஆனந்தம் காய்க்கும்
அமுதமரம்...

(பயணித்த பாதைகள்
பலதூரம்...)

25

மயக்கங்கள் பேசும்...

மயக்கங்கள் பேசும்
மௌன மொழியே...
மனதிற்குள் வீசும்
புயலின் வெளியே...

மாற்றங்கள் விளையும்
இயல்பின் துளியே...
மகிழ்ச்சி மலரும்
மர்மத்தின் விடையே...

துளிர் | ஏ.இரமணிகாந்தன்

பூவாய் நாராய்ப்
பிணைந்திட விருப்பம்
மனமாய் மணமாய்
மகிழ்ந்து இருப்போம்...

தீண்டல் தீயாய்
தீண்டிடல் சுகமே
திகைப்போம் களிப்போம்
மிகையென்றும் வரமே...
           (மயக்கங்கள் பேசும்
           மௌன மொழியே...)

உண்மையை உணரும்
ஊடகம் நீயே...
உன்னில் என்னை
உணர வைத்தாயே....

பெண்மையின் பெருமை
பேச்சினில் இல்லை...
பேசாப் பொருளாய்ப்
பிறந்தது உண்மை...

பார்ப்பதும் பசிப்பதும்
பகலா... இரவா...
பரிசத்தின் உச்சம்
வற்றா இருப்பா...

சேலையின் நடனம்
சிணுங்கிடும் உதடும்...
சிலிர்ப்பா திகைப்பா
சிந்தனை இருப்பா...

கோரைப் பாயும்
கோலம் போடும்...
கூந்தல் மலர்கள்
கொஞ்சிப் பேசும்...

விழியின் வெளிச்சம்
வியப்பில் ஒளியும்...
விரலிதழ் நான்கும்
வீணையை இசைக்கும்...

உரசல் உணர்வில்
உலகம் உறங்கும்...
உண்மை உணர்வில்
உள்ளம் விளங்கும்...

தோழமை துயரம்
தூரத்தில் துரத்தும்...
தோள்கள் துணையாய்
இன்பத்தில் மிதக்கும்...
           (மயக்கங்கள் பேசும்
           மௌன மொழியே...)

மயக்கமே மனதில்
மலர்ச்சியாய்ச் சுரக்கும்...
மாண்டிடும் எண்ணமும்
மனதிற்கு இனிக்கும்...

காலத்தைக் கடந்து
காதலும் பிறக்கும்...
கண்ணிமை போல
காத்திடத் துடிக்கும்...

ஏ.இரமணிகாந்தன் | துளிர்

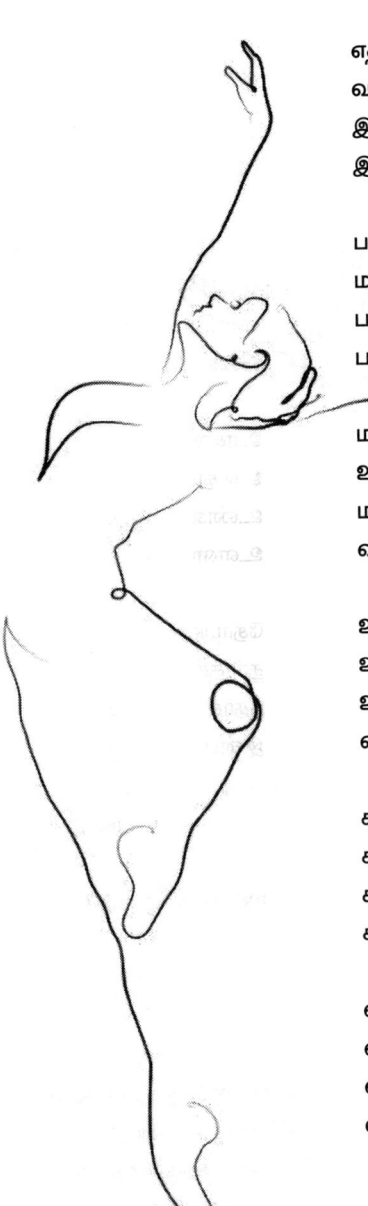

எத்தனை ஜென்மமும்
வாழ்ந்திடப் பிடிக்கும்...
இடர்கள் தாண்டி
இணைந்திட நினைக்கும்...

பகலும் இரவும்
மறந்திட இனிக்கும்...
பருவத்தின் தாகம்
பருகிட எடுக்கும்...

மனதிலே பேசி
உறக்கத்தை விலக்கும்...
மறந்தும் கூட
விலகிட வலிக்கும்...

உடலால் உணர்ந்து
உறங்கிடத் தவிக்கும்...
உயிரால் கலந்து
வாழ்ந்திடத் துடிக்கும்..

சுவையைத் தின்று
சுகம்பெற நினைக்கும்...
சூழலைப் போர்த்தி
சுயநினைவு இழக்கும்...

வலிகளும் வாழ்க்கைக்கு
வலிமை சேர்க்கும்...
வாழ்வதை உணர்ந்தால்
வாழ்வே இனிக்கும்...
    (மயக்கங்கள் பேசும்
    மௌன மொழியே...)

26

வீழ்வதோ வாழ்க்கை...?

ஏக்கங்கள் இல்லாத
வாழ்விங்கு ஏது ?
ஏக்கத்தைப் போக்க
தீர்விங்கு ஏது?...

தேடல்கள் இல்லாத
தேசமிங்கு வேண்டும்
தேவைகள் தியானமாக
வாழ்வியங்க வேண்டும்...

புதிரான வாழ்க்கைக்கு
விடைகாண வேண்டும்
புதியதோர் உலகினை
நாம்காண வேண்டும்....

துன்பங்கள் துடைத்தெறிய
வழிகாண வேண்டும்
தூயதோர் வாழ்க்கையை
நாம் வாழ வேண்டும்....

(ஏக்கங்கள் இல்லாத...)

பல யுகங்கள் கடந்தும்
தொடர்வதேன் துயரம்
படைத்தவனின் இலக்கு
புரியவில்லை நமக்கு...

நமக்குள்ளே அவனும்
அவனுக்குள்ளே நாமும்
உணர்ந்திடும் தருணம்
உண்மைகள் விளங்கும்...

சேரிடம் ஒன்று
சிதைந்ததேன் இன்று
சிந்தனையின் கலக்கம்
விளங்கவில்லை எவர்க்கும்...

புரியாத நோக்கம்
புரியவில்லை யார்க்கும்
போதனைகள் இங்கு
பிரிவினையில் பங்கு...

வருவதும் போவதும்
வழக்கத்தில் ஒன்று
வகுத்தது யார்
வாழ்க்கையை இங்கு...

விளங்காத வாழ்க்கை
விளங்கிவிட வேட்கை
விதியென்று நாமும்
வீழுவதோ வாழ்க்கை...

உறவுகளை உணர்ந்து
உண்மைகளைத் தெளிந்து
நேசத்தை விதைப்போம்
நெஞ்சிலே நிறைப்போம்...

இலக்கு ஒன்றுமில்லை
இன்பம் முடிவில்லை
இயல்புகளை ஏற்று
இயற்றுவோம் மாற்று...
(ஏக்கங்கள் இல்லாத...)

இடரான எல்லை
இயற்கைக்குத் தொல்லை
உணராத வாழ்க்கை
உவப்பில்லா வேட்கை....

உயிரியை உணர்ந்து
அன்பிலே கரைந்து
அழகான வாழ்வை
அகமகிழ வாழ்வோம்...

நில்லாத பொழுது
நீங்காத மகிழ்வு
நிஜமில்லை வாழ்வில்
நிதர்சனத்தில் உழல....

தேடலைத் தேடி
திசையெங்கும் ஓடி
தேடிடும் வாழ்வில்
புரியவில்லை பாதை...
(ஏக்கங்கள் இல்லாத...)

27

ஊமைக் கனவாய்...

துன்பங்களைத் தோளில் சுமந்து
எம்மை வளர்த்தாள்...
துரோகங்கள் துரத்திடவே
வாழ்வை வெறுத்தாள்...

அல்லும் பகலும் அழுத கண்ணீர்
துடைக்க ஆளில்லை...
ஆண்டவனின் கருணைப் பார்வை
அவள்மேல் விழவில்லை...

பிள்ளைகளின் வாழ்வுக்காகத்
தன்னைக் கரைத்தாள்...
பட்டத் துயரின் காயங்களால்
தூக்கம் தொலைத்தாள்....

வசந்தமென்ற வாழ்க்கைச் சுகத்தை
வாழ்வில் தொலைத்தாள்...
வஞ்சகர்களின் வசைமொழியால்
வாடித் துடித்தாள்...
   (துன்பங்களைத் தோளில் சுமந்து...)

உழைத்து உழைத்து ஓடாக
உருகிப் போனாளே...
உள்ளத்தின் வலியாலே
மரத்துப் போனாளே...

உண்டுமகிழ நாளுமிங்கே
மறந்து போனாளே...
ஊமைக் கனவாய் மகிழ்ச்சியை
மறைத்து வாழ்ந்தாளே...

பாதைதேயப் பாரமேந்தி
மாடாய் உழைத்தாளே...
மக்கள் வளர மாற்றம் வருமென
மனதில் நினைத்தாளே...

இயல்பு வாழ்க்கை வாழ மறந்து
இளமை தொலைத்தாளே...
இனிய குடும்ப துன்பம் போக்கச்
சுகம் துறந்தாளே...

எத்தனையோ இன்னல்களை
ஏற்கத் துணிந்தாளே...
இன்பம் துன்பம் இரண்டிலுமே
அழுது தொலைத்தாளே...

காடு கழனியில் மாடாயுழைத்துப்
பசியைத் தீர்த்தாளே...
கயவர்களின் கடுஞ்சொற்களால்
காயப்பட்டாளே...

பிள்ளைகளின் வாழ்வுக்குள்ளே
தானும் வாழ்ந்தாளே...
பிழைபொறுத்து பேணிவளர்த்து
பொறுமை காத்தாளே...

காடுமேடு கழனிக்காட்டில்
காலங்கழித்தாளே...
கல்விக்காகக் கடன் சுமந்து
கண்ணீர் விட்டாளே...
    (துன்பங்களைத் தோளில் சுமந்து...)

விடிவுகாலம் பிறக்குமென்று
விழிப்பா இருந்தா...
வேதனைகள் விலகுமென்ற
கனவைச் சுமந்தா...

பட்டறிவால் பிள்ளைகளுக்குப்
படிப்பைக் கொடுத்தா...
பாதைகள் மாறாமல்
வகுத்து வளர்த்தா...

பிள்ளைகளின் வழிக்கேற்ப
வாழ்க்கை வகுத்தா...
பெருஞ்சுமையை இறக்கியதால்
ஓய்வு எடுத்தா...

பெற்ற பிள்ளைகளின் முரண்களைய
முட்டுக்கொடுத்தா...
முகவரி மாறி மாறி
வாழ்வ கழித்தா...

பேரப்பிள்ளைகளைக் கொஞ்சி மகிழ்ந்து
காலம் கழித்தா...
பெருங்கனவை நனவாக்க
நாளும் துடித்தா...

பிள்ளைகளின் பிரிவினையால்
நிம்மதி தொலைத்தா...
அங்குமிங்கும் அலைந்தலைந்து
தவியாத் தவித்தா...

சுமந்தவலியை இறக்கிவைக்கும்
சூழல் துறந்தா...
சுகதுக்கம் பகிர ஆளில்லாமல்
மனவலியைச் சுமந்தா...

ஒருநாளும் தனக்காக
வாழ மறந்தா...
ஓய்வுக்கு ஓய்வுதர
ஏனே மறந்தா...

(துன்பங்களைத்
தோளில் சுமந்து..)

28

வெட்கத்தின் விடுமுறை...

வெட்கத்தின் விடுமுறை
இதுவோ...
வியர்வைப் பூக்களின்
கனவோ...
சொர்க்க வாசலின்
திறவோ
சுகத்தைப் பருகிடும்
அழகோ...

வெண்பனித் திரையின்
குளிரோ...
விடியலை எழுப்பிடும் விழிப்போ...
விதிகளை விலக்கிடும்
இருப்போ...
விழிகளில் எழுதிடும்
வியப்போ...
(வெட்கத்தின் விடுமுறை இதுவோ...)

காலைக் கதிரின்
உறவோ...
கடலலை எழுப்பிடும்
இசையோ...
காதல் கசிந்திடும்
கவியோ...
கண்கள் பேசிடும்
மொழியோ...

விரல்கள் கற்றிடும்
சிலிர்ப்போ...
விண்ணில் எண்ணத்தின்
குவிப்போ...
வேதனை நெருக்கத்தின்
ஈர்ப்போ...
வித்தைகள் கற்றிடும்
தவிப்போ...

சத்தங்கள் தாளத்தின்
மிதப்போ...
சாகசம் நிகழ்த்திட்ட
துடிப்போ...
சாதனைக் காதலின்
உயிர்ப்போ...
சாதலும் வாழ்தலின்
பிணைப்போ...

துளிர் | ஏ.இரமணிகாந்தன்

<96>

இன்பங்கள் இயற்றிடும்
கவியோ...
இதயத் துடிப்பின்
இசையோ...
இயற்கை ஈன்றிட்ட
எழிலோ...
இலக்கே இல்லாத
இயல்போ...
 (வெட்கத்தின் விடுமுறை
 இதுவோ...)

அழகைச் சுமந்திட்ட
அழகோ...
ஆனந்தம் வியந்திடும்
மகிழ்வோ...
அன்பில் செதுக்கிய
சிலையோ...
ஆழ்ந்த உறக்கத்தின்
பொருளோ...

புன்னகை வியந்திடும்
முகமோ...
பூவின் மெல்லிய
ரகமோ...
புரிதலை விளக்கிடும்
குணமோ...
புவியில் பூத்திட்ட
சுகமோ....
மலர்தலில் மலர்ந்திடும்
மணமோ...
மகிழ்ச்சியின் பிறப்பிட

இனமோ...
மாற்றத்தை மதித்திடும்
மனமோ...
மயக்கத்தில் விழித்திடும்
அகமோ...

காலங்கள் தோற்றிடும்
கணமோ...
காவியம் கடந்த
வளமோ...
கற்றிட இயலாக்
கலையோ...
காதலில் கட்டுண்ட
சிலையோ...
 (வெட்கத்தின் விடுமுறை
 இதுவோ...)

29

வலிமை சேர்ப்போமே...

வாழ்விலே வாசம் வீசும்
நேசப்பூவே நட்புதானடா
தோள்சாய தோழனில்லா
வாழ்வென்பது ஏனோ வீணடா...

வாழ்க்கையே மகிழ்வாக...
வாழ்ந்திடணும் உயர்வாக ...
வாழ்வென்பது நட்பாக...
நடம்புரிவோம் இயல்பாக...

மாண்புகளின் தடம் பயின்று
நாம் நடப்போம் சுகமாக...
(வாழ்விலே வாசம் வீசும் ...)

துளிர் | ஏ.இரமணிகாந்தன்

‹98›

சோர்வென்ன சோகமென்ன
தாங்கிக் கொள்வான் தோழனடா
வாழ்ந்தாலும் வீழ்ந்தாலும்
வழித்துணை வேறாருடா...

ஊருலகம் எதிர்த்திடுமா
நட்பு துணையிருக்க...
ஏற்றமோ இறக்கமோ
நட்பில் அணிவகுக்க..

ஏணியா ஏத்திவிட்டு
பாத்து மகிழ்ந்திருப்பான்...
(வாழ்விலே வாசம் வீசும்...)

ஊருமில்ல... உலகுமில்ல...
நட்புக்கு ஏது எல்ல...
தேடலின் ஆழம் காண
தேடியவர் மீண்டதில்ல...

ஆதிக்கமும் அதிகாரமும்
வீழ்ந்துபோகும் நட்புமுன்னே
ஆற்றல்களின் சேர்க்கையாக
நட்புகளே இயற்கையாக...

வேதனை சோதனைக்கு
நட்பே மருந்தாகும்
தீங்கினைச் சுட்டெரிக்கும்
தீயாய் அதுமாறும்...

வாழ்வது ஒருமுறைதான்
வாழ்ந்து பார்ப்போமே...
நட்பையே வளமாக்கி
வலிமை சேர்ப்போமே...

நீயா நானா
ஆணா பெண்ணா
நட்புக்கு ஏது தடை..?
உயர்வா தாழ்வா
கறுப்பா... சிவப்பா...
ஏதும் பேதமில்ல..?
(வாழ்விலே வாசம் வீசும்...)

நட்புக்கு இலக்கணம்
யார் வகுத்தார்
நண்பா உன்னையே
நான் வகுத்தேன்...

தித்திக்கும் வாய்மொழி
உனதன்றோ...
திகட்டாத பேரின்பச்
சுவையுமன்றோ...

தோழமை என்பது
தோற்றமொழி
துவளாத உள்ளத்தின்
வேதமொழி

உண்மையின் தரிசனம்
உணர்வாகும்
உயிருக்கு உணவே
நட்பாகும்!
(வாழ்விலே வாசம் வீசும்...)

30

நிம்மதியத் தேடி...

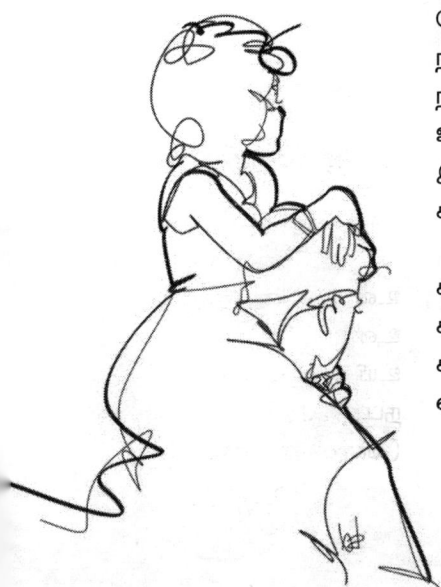

காலாங்குட்டி பசங்க நாங்க
கவலை இல்லைங்க...
கலர்கலராக் கனவிருக்கு
மனசுக்குள்ளங்க...

சிட்டுக்குருவி போல நாங்க
சிட்டாப் பறப்போங்க...
சேவல் கோழி விழிக்கும்போது
நாங்க படுப்பங்க....
நட்புக்காக நாங்கயெங்க
உயிரக் கொடுப்பங்க...
இராப்பகலா அரட்டயடிச்சிக்
காலங்கழிப்போங்க...

கட்டுப்பாடு என்பதெல்லாம்
கசப்பு மருந்துங்க...
கடற்கரையின் கால்சுவடு
எங்க கதையப் பேசுங்க...
           (காலாங்குட்டி பசங்க...)

ஃபேஸ்புக்கு இல்லையினா
நாங்க பேசமாட்டங்க...
ஐ ஃபோன் எங்களுக்கு
ஹார்ட்ட போலங்க...

கடந்துவந்த வாழ்வ நெனச்சிக்
கண்ணீர் விடலைங்க...
ஃபியூச்சர நெனச்சி நாளும்
ஃபீல் பண்ணலைங்க...

நிம்மதியத் தேடி நாங்க
எங்கும் ஓடல...
நிகழ்காலம் எங்களுக்கு
இன்னும் போதல....

அப்பா அம்மா சேத்துவச்ச
சொத்து போதுங்க...
அனுபவிக்க எங்களவிட்டா
வேறு யாருங்க...

வந்துபோக நேரங்காலம்
யார் வகுத்தாங்க...
வரையறைக்குள் எங்களையிழுக்கச்
சூழ்ச்சி பண்றாங்க....

நட்பபாத்து பந்தபாசம்
தூரம் ஓடுங்க...
நாங்க பேசும் பேச்ச கேட்டக்
காது கூசுங்க...

டேட்டிங்ல எடிட்டருக்கு
என்ன வேலைங்க...
டேட்டா பேச டெலிட் பண்ணி
வாழப் பாருங்க...

ஹார்மோன்களின் அட்டகாசம்
அழகுதானுங்க...
ஆசைகளுக்குத் தடையபோட்டா
லைஃபு வேஸ்டுங்க...
(காலாங்குட்டி பசங்க ...)

ஓடிப்போயி ஊருலக
சுத்திப் பாருங்க...
ஓஞ்சிபோன காலம்வந்தா
உதவும் தோழங்க...

ஆசைகள அடக்கிவச்சி
அல்லல் படாதீங்க...
ஆயுள்காலம் தேஞ்சி போனாத்
திரும்ப வராதுங்க...

புதுசுபுதுசா வாழ்க்கையில
புதையல் தேடுங்க...
புரிஞ்சவாழ்க்க அமைஞ்சிபுட்டாச்
சொர்க்கம் வீணுங்க...

உணர்வுகள ஒரசி பார்த்தா
உறவு தூரங்க...
உலகத்தையே உறவா பார்த்தா
வாழ்க்கை வேற லெவலுங்க...

காசு பணம் வாழ்க்கையில
கடந்து போகுங்க...
கருணை மட்டும் கால் நிழலாக்
காத்து இருக்குங்க...

ஆணும் பெண்ணும்
காதலிக்கிறது
ஆபத்தில்லைங்க...
ஆதான் ஏவாள் காலந்தொட்டு
இயல்பு தானுங்க...

விதிவகுத்து வாழறது
வாழ்க்கை இல்லிங்க...
விருப்பங்களுக்குத்
தடையபோட்டா
வாழ்வே தொல்லைங்க....

நல்லது கெட்டது
என்பதெல்லாம்
நாம வகுத்தது...
நாளையென்பதை நெனச்சிப்
பாத்தா
வாழ்க்க தொலையிது...
(காலாங்குட்டி பசங்க ...)

31

என்னத்தச் சொல்லி...

என்னத்தச் சொல்லி
என்ன புண்ணியம்
யாரும் கேட்கல...
எத்தன புத்தன்
சித்தர் வந்தாலும்
மனுசன் மாறல...

கத்திக் கத்தியே
காலமும் போனது
புத்தியும் திருந்தல...
காலம் காலமாய்
சுமந்த சுமய
ஏறக்கத் தெரியல...

யுத்தங்களையே
நித்தம் சுமந்த
பாதை மாறல....
யுகம் யுகமாய்
சுமந்த வலிய
இறக்க முடியல...
(என்னத்தச் சொல்லி...)

நல்லதச் சொன்னா
ஏத்துக்க இங்க
நாலு பேரில்ல...
நாதியற்ற
இனத்துக்குத்தான்
விடிவு பிறக்கல...

எத்தன ஜென்மம்
மாறினாலும்
எண்ணங்கள் மாறல...
ஏக்கம் சுமந்த
வாழ்வில் ஏனோ
நிம்மதி தேறல...

அஞ்சுக்கும் பத்துக்கும்
அலையுறக் கூட்டம்
கொஞ்சமும் கொறயல...
அல்லும் பகலும்
உழைக்கும் மக்களின்
வாழ்வும் விடியல...

புஞ்சை நஞ்சையில்
போகம் வெளஞ்ச
தடமும் தெரியல...
பொறந்த பூமியில்
வேரப் புடுங்கும்
சூழ்ச்சியும் கொறையல...

நெஞ்சப் பிசையும்
வஞ்சகத்தோட
ரெண்டகம் ஒழியல...
நேசம் சுமந்த
நெஞ்சில் பாய்ந்த
வலியும் தீரல...

பஞ்சம் பொழைக்க
வந்த இடத்திலும்
பட்டினி மாறல...
பந்த பாசங்களின்
வெத்து வேஷத்த
பொறுக்க முடியல...
(என்னத்தச் சொல்லி...)

உடல வருத்தும்
பிணியப் போக்கும்
வழியும் விளங்கல...
உயிர்கள் வடிக்கும்
கண்ணீரத் துடைக்கக்
கருணை போதல...

மறுவி மறுவி
துளிர்க்கும் வாழ்வின்
மயக்கம் தெளியல...
மனசு சுமக்கும்
வலிய எறக்க
வாழ்க்க போதல...

உண்மையை ஒரக்கச்
சொல்லிச் சொல்லியும்
ஒண்ணும் நடக்கல...
ஒருத்தருக்கும்
வாழ்க்கையோட
உண்மை விளங்கல...

நோக்கம் பிறந்த
வாழ்க்கையோட
தேக்கம் விலகல...
நுகரும் பூவின்
மணத்தில் வீசும்
குணமும் மாறல...

ஏற்ற இறக்கம்
எளிதில் கடக்கும்
இயல்பு தெரியல...
இன்ப துன்பம்
ஏற்று இயங்க
மனசு தெளியல...

சொத்து பத்து
மகிழ்ச்சிக்கான
மாமருந்தில்ல...
சோகம் தோய்ந்த
வாழ்க்கை என்பதும்
நிரந்தரம் இல்ல...
(என்னத்தச் சொல்லி...)

32

செக்குமாடு...

பெத்தெடுத்த காரணமும்
தெரியல....
பெத்தவங்க எனக்கு அதக்
கூறல...

பரம்பரக் குணங்களும்தான்
மாறல...
பரிதவிக்கும் மனசுக்கது
புரியல...

அண்ணந் தம்பி அக்கா
தங்கச்சி
ஓயல...
அனைவருமே வந்த நோக்கம்
தேடல...

மூணுவேல சோத்துக்குத்தான்
வழியில்ல...
முழுசா வாழ வழியெதுவும்
தெரியல...
(பெத்தெடுத்தக் காரணமும்
புரியல....)

மரபுகள மறுத்துப் பேசத்
தயங்குறம்...
மத்தவங்க வகுத்த பாதையில
இயங்குறம்...

செத்தவங்க சுமந்த வாழ்வ
சொமக்குறம்...
சேதிகள செவிமடுக்க
மறக்குறோம்...

செக்குமாடு போலத்தானே
சுத்துறம்...
சிந்தனையத் தூசுதட்டத்
தயங்குறம்...

பெத்தபுள்ள சுயத்தத்தானே
தடுக்குறம்...
பேதங்கள மனசுக்குள்ள
வெதைக்கிறம்....

அக்கம்பக்கம் மெச்சத்தானே
வாழறம்...
ஆசைகள அளவில்லாமத்
தூண்டறம்....

சொத்துபத்து சேக்கத் தினமும்
ஓடுறம்...
சேத்தத அனுபவிக்காமத்
தடுமாறுறம்....

மனுசனக் கடவுளாக்கி
வணங்குறம்...
மதங்களில் மனசபோட்டுக்
கழுவுறம்...
(பெத்தெடுத்த காரணமும்
தெரியல....)

வாழ்க்கைக்கு விடையதேட
நினைக்கிறம்...
வாழும்வர பயண திசயத்
தொலைக்கிறம்...

நெறிகள பொதிமூட்டயாச்
சொமக்குறம்...
நெறஞ்ச வாழ்க்கைவாழாமல்
தவிக்கிறம்...

கோபதாபம் நெறஞ்ச மனசா
இருக்கிறம்...
கோயில் குளம் கொடுக்குமுன்னு
நடக்குறம்...

பாசத்த பாத்திகட்டி
வளக்குறம்...
பந்தங்களால் பரிதவித்துக்
கெடக்குறம்...

உண்மைகள வெளங்காம
ஓடுறம்...
ஊணுறக்கம் தொலைச்சி
நாளும்
உழலுறம்...

இயல்புடன் இணைந்து நடக்க
மறுக்குறம்...
இன்னல சொமந்து வாழ்வத்
தொலைக்கிறம்...

வகுத்தத வகுத்தபடி
ஏற்கிறம்...
வற்றாத துயர் சுமந்தே
வேர்க்கிறம்....
(பெத்தெடுத்த காரணமும்
தெரியல....)

33

வேர்வ சிந்தி...

வேர்வ சிந்தி ஒழைக்கிறவன்
வீதியில் கெடக்கான்...
அவன்
வேதனைக்கு மருந்திடத்தான்
யாரிங்கு இருக்கான்..?

பாடுபடும் பாட்டாளியின்
பசியும் ஆறல...
அந்த
பாழாப்போன படைச்சவனுக்கு
வேதன புரியல...

இராப்பகலா ஒழச்சி ஒழச்சி
ஓடாத் தேயுறான்..
இவன்
இராஜ்ஜியத்தில் விலங்க சுமந்தே
நாளும் சாயுறான்...

மூச்சுக்காத்தில் முகவரியத்
தினமும் தேடுறான்...
இந்த
மூணுவேல சோத்தத்தேடி
வாழ்வ முடிக்கிறான்...,
(வேர்வ சிந்தி ஒழைக்கிறவன்...)

படைச்சவனே ஏற்றத்தாழ்வப்
பிரிச்சி வச்சானா...
பாதம் முழுக்க நெறிஞ்சி முள்ள
வெதச்சி வச்சானா..?

காலம் முழுக்க கஷ்டத்தத்தான்
சுமக்க வச்சானா...
கண்ணீரோட வாழ்க்கையத்தான்
கழிக்க வச்சானா..?

எந்தப் பக்கமும் எங்களுக்கு
வெளிச்சம் தெரியல...
ஏழபாழ வாழ்க்கையில
மகிழ்ச்சியே இல்ல...

வேர்வ சிந்தி வாழும் எங்க
வாழ்க்க உயரல....
விடிஞ்ச பின்னும் எங்க பாதையில
இருளு விலகல....

ஏக்கத்தையே என்றும் சுமந்து
ஏனோ வாழுறம்...
எதைஎதையோ வாழ்க்கன்னு
வாழ்ந்து சாகுறோம்....
(வேர்வ சிந்தி ஒழைக்கிறவன்...)

புள்ளக்குட்டிங்கப் பொழைக்கத்தானே
பொருளத் தேடுறம்...
போக்கிடத்துக்கு வக்கில்லாம
வதங்கி வாடுறம்....

காலமால வேர்வையில
தானே குளிக்கிறம்....
கடும்பகலும் கண்ணீரோட
நெழலத் தேடுறம்...

உழச்சி உழச்சி கடசியில
ஒன்னும் மிஞ்சல...
ஓய்வு என்பது எங்களுக்கு
ஏனோ கிட்டல...

கந்தத்துணியக் கசக்கிப் போடும்
காலம் மாறல..
கையிக்கெட்டியது வாயிக்கெட்டும்
வழியும் பொறக்கல...

கடவுள்கூட கருணைகொண்டு
கண்ணத் தெறக்கல...
காலம்முழுதும் உழைப்பவனோட
கனவு பலிக்கல...
(வேர்வ சிந்தி ஒழைக்கிறவன்...)

34

வாழத்தானே பொறந்து வந்தோம்!

வாழத்தானே பொறந்து வந்தோம்
வையத்துல...
வாட்டத்தயேன் சுமக்கவேணும்
வாழ்க்கையில...
நம்ம வாழ்க்கையில...

பொறந்ததுக்கு நோக்கங்கள்தான்
இருக்குது...
நொந்துவாழும் வாழ்க்கதானே
கசக்குது...

சடங்காத்தானே சட்ட திட்டம்
இருக்குது...
சாதிசனங்க அதயேனோ
சுமக்குது...

படைச்சவன பரிகாசந்தான்
செய்யுற...
பாழாப்போன வழியிலதான்
செல்லுற....

உள்ளத்துல உயர்ந்த அறிவ
வச்சிட்டான்...
உணர்ந்து தெளிய மனுஷன்
ஏனோ
மறந்துட்டான்...

(வாழத்தானே
பொறந்தோம்...)

கள்ளங்கபடம் மனுசங்கிட்ட
இல்லீங்க...
கட்டுப்பாட வச்சதால்வந்த
தொல்லைங்க...

இயல்புகுணம் இயற்கையின்னு
சொல்லுங்க...
இன்முகத்தில் சிரிப்ப ஊட்டி
வெல்லுங்க...

பாசம்மட்டும் நெறஞ்சதுதான்
நெஞ்சிங்க...
பாழாப்போன பாகுபாட்ட
வெல்லுங்க...

இறைவனுக்கு ஏற்றத்தாழ்வு
இல்லைங்க...
இயற்கைக்கு மாறா நடந்தாத்
தொல்லைங்க...

அன்பவச்சே அகிலத்த நாம்
ஆளலாம்...
ஆசைய நாம் ஒழுங்கமைச்சா
மீளலாம்...

அறிவக் கொண்டு ஆட்சியத்தான்
நடத்தலாம்...
அன்பக் கொண்டு மனிதநேயத்த
வளக்கலாம்...

சூதுவாது நெறைஞ்சதுதான்
வாழ்க்கையா...
சொர்க்கநரகம் எல்லாம் வெட்டிப்
பேச்சையா...

எல்லாருமே தொப்புள்கொடி
உறவுதான்...
எல்லை வகுக்க யாருதந்தா
வரமுந்தான்...

அரைசாணு வயித்துக்குத்தான்
அலையிறம்...
ஆறடி நெலத்துக்குள்ள
அடங்குறம்...

என்னென்னமோ மனசுக்குள்ள
கெடக்குது...
எடுத்துச்சொல்ல மனசுதானாத்
தடுக்குது...
          (வாழத்தானே பொறந்தோம்...)

புள்ளக்குட்டிங்க வாழ்க்கைக்காக
உழைக்கிறம்...
புரிபடாத வாழ்வ எண்ணித்
தவிக்கிறம்...

இல்லயில்ல சொல்லிச்சொல்லியே
வளக்குறம்...
இயல்புவாழ்வ வாழவிடாமத்
தடுக்குறோம்...

முன்னபின்ன பாக்காம தினம்
கொடுக்குறம்...
முந்தானையில் முடிச்சிவச்சே
கெடுக்குறம்...

தெனந்தெனமும் நெறிய வகுத்துத்
தள்ளுறம்...
தேசப்பற்றத் தெருத் தெருவாக்
கூவி விக்குறம்...

வில்லப்போல வளையஉனக்கு
வெட்கமா...
விளைச்சலாகி வெற்றிசூடத்
தயக்கமா..?

ஊர்உலகம் மெச்சணும்னு
விருப்பமா...
உழைப்பநீயும்
கொடுக்கயின்னும்
தயக்கமா..?

புள்ளைங்கள பாக்கபாக்கப்
பரவசம்...
பூமியெல்லாம் பூத்துக்குலுங்கும்
புதுவாசம்...

சொன்னதெல்லாம்
செய்யத்தானே
நெனைக்கிறம்...
சோதனைகள் பேரிலேனோ
தடுக்கிறோம்...

தூக்கங்கள துறந்து நாளும்
உழைக்கிறம்...
துன்பத்துல வாழ்க்கைய நாளும்
கழிக்கிறம்...

விழிப்புணர்வ ஏந்தயேனோ
மறக்கிறோம்...
விளங்கிக்காம வாழ்வயேனோ
தொலைக்கிறோம்...
(வாழத்தானே பொறந்தோம்...)

35

பேரின்பப் பயணம்..,

இணையானவள்
என் துணையானவள்
இயல்பானவள்
என் உணர்வானவள்
இன்பமோ துன்பமோ
ஏற்றமோ இறக்கமோ
என்னோட என்னோட
உயிரானவள்...
(இணையானவள்...)

நீரின்றி நிலமில்லை
நிலமின்றி நீரில்லை
அவளின்றி நானில்லை
நானின்றி அவளில்லை
பூவுக்குள் மணமுண்டு
மணத்துக்குள் பூவுண்டு
அவளுக்குள் நானுண்டு
என்னுள் அவளுண்டு....

மாற்றங்கள் மாறாது
மனதிற்கு முதிர்வேது
மாயங்கள் சிலகாலம்
வாழ்விற்கு உரமாகும்
மறதியே என்றென்றும்
வாழ்வின் மருந்தாகும்...

இளங்காற்றின் இசையோடு
கடலலைகள் கவிபாடும்
காண்கின்ற காட்சிகள்
கணப்பொழுதும் பேரின்பம்.
நீயே நானாக
நானே நீயாக..
பேரின்பப் பெருவெள்ள
நீராடுவோம்....
(இணையானவள்...)

வாழ்வென்னும் அழகிற்குப்
பனித்துளி நீயானால்..
துளிதாங்கும் புல்லாக
நான் மாறுவேன்...
காலங்கள் மாறலாம்
காட்சிகள் மாறலாம்
கணப்பொழுதும் மாறாது
நம் காதலே...

நீயென்றும் நானாக
நானென்றும் நீயாக
நாமாக வாழ்வதே
பேரின்பமே...
உன் சுவாசக் காற்றில்
நான் வாழ வேண்டும்
என் பார்வைக்குள்
நீ உலகைக் காண வேண்டும்.

எண்ணங்கள் இல்லாத
இடம் தேடி செல்வோம்
வற்றாத இன்பத்தின்
வழிகண்டு சொல்வோம்...
இல்வாழ்க்கை என்பது
உள்வாழ்க்கையாகும்
இடரின்றித் தொடர்வோம்
பேரின்பப் பயணம்..
  (இணையானவள்...)

36

வேதனைத் தீ...

ஏனிந்த அவசரம் ஏனிந்த அவசரம்
ஏகாந்த வெளிதனை ஏறியே பார்க்காமல்...
ஏனிந்த அவசரம் ஏனிந்த அவசரம்..?

வாழாத வாழ்வினை வாழ்வதாய்த் தானெண்ணி....
வீழ்வது தானிங்கே வாழ்வாகிப் போனதே...
ஏனிந்த அவசரம் ஏனிந்த அவசரம்..?

காரணம் தேடியே காலங்கள் போகுதே...
காரிருள் சூழ்ந்த பாதையாய் ஆனதே...
வீணர்கள் வகுத்த விதிகளும் நோகுதே...
வேதனைத் தீயில் வாழ்க்கையும் வேகுதே...

சாதனை ஒன்றைத்தான் மனமும் நினைக்குதே...
சாதித்திடவே தினமும் துடிக்குதே...
சாரல் சுமந்துவரும் உணர்வை மறுக்குதே...
சாரைசாரையாய் இயல்பும் சிரிக்குதே...
(ஏனிந்த அவசரம் ஏனிந்த அவசரம்)

கோபம் கைகோர்க்கக் குணங்கள் மாறுதே...
கோயில் வாசலை ஜனங்கள் தேடுதே...
சாவைக் கண்டுதான் கணங்களும் மிரளுதே...
சாகாவரத்தையே வேண்டித் தவிக்குதே ....

மாற்றத்தைத் தேடி மனசும் அலையுதே...
மாயவலைக்குள்ளே சிக்கித் தவிக்குதே...
ஊழ்வினை என்று உள்ளம் துடிக்குதே...
ஊகங்கள் சுமந்தே வாழ்வை முடிக்குதே...

சோகங்கள் சோர்வுகள் நிரந்தரமில்லையே...
சோதனை தொடர்வது வாழ்க்கையுமில்லையே...
வேட்கைகள் வெளிச்சத்தின் பாதையுமில்லையே..
வேதனைத் தீர்ந்திட விழித்திடு மெல்லவே...

யாதும் இங்கே இயல்பின் இயக்கமே...
யாவரும் இங்கே அவற்றுள் அடக்கமே...
                    (ஏனிந்த அவசரம் ஏனிந்த அவசரம்)

மேகக்கூட்டத்தில் மிதந்து பார்ப்பதும்...
மேனியின் அழகை உணர்ந்து இரசிப்பதும்...
காதலின் கருப்பொருள் கண்டு வியப்பதும்...
காணும் காட்சியெங்கும் கவிதை பிறப்பதே...

நேசங்கள் நெஞ்சில் நெகிழ்ந்து சிரிப்பதும்...
நேயங்கள் மலர்ந்து வாழ்வில் இனிப்பதும்...
கோள்களின் இயக்க தன்மை காண்பதும்...
கோளவெளிகளின் இயல்பின் இருப்பே...

சூத்திரம் சுமந்த சூட்சுமப் பொருளாய்...
சூழல்கள் ஏந்திய அழகின் இருப்பாய்...
காணும் கண்களின் காட்சி மொழியாய்...
காயங்கள் ஆற்றும் மீட்சியின் உருவே...

காமங்கள் இன்பத்தின் தொடர்கதையல்லவே...
காதலை உணர்ந்திட
கற்றிடு மெல்லவே...
        (ஏனிந்த அவசரம் ஏனிந்த அவசரம்)

37

சாக்குப் போக்கு...

சாக்குப் போக்குச் சொல்லாதடா
நண்பா...
சாதிக்கத்தான் பொறந்த நீ இரு
தெம்பா...
நீக்குபோக்கு இல்லாட்டினா
வாழ்க்க...
நெறிதவறிய வழியில தேடும்
சாக்க...

பாத்துப் பாத்து நடக்கணும்டா
நண்பா...
பாதகீத மாறிப்புடாத
வம்பா...
சேத்துவச்சது செலவழிக்கத்
தானா...
அப்ப சோத்துக்கெங்க நீயும் போவ
நைனா...

காத்துகீத்து வாங்க எங்க
போற...
வாழ்க்கையக் கரடுமுரடா ஆக்கிப்புடப்
போற...
ஆட்டம்பாட்டம் அளவில்லாம
வேணா...
பின்ன
ஆயிடுவ பாதியில காணா...
(சாக்குப் போக்கு சொல்லாதடா...)

உல்டாலக்கடி வேலையெல்லாம்
போதும்...
இனியாவது
உருப்படுற வேலயத்தான் பாரும்...
செத்து செத்து வாழுறது வாழ்வா...
நீயும்
வாழப் போறது இல்ல இனியும்
உயர்வா...

காரசாரப் பேச்செல்லாம் ஏண்டா...
நட்ப
தாறுமாறாக் கிழிச்சிப் போட்டுடுண்டா...
ஊருக்காக வேஷம்போட வேண்டா...
உந்தன் வாழ்க்க போயிடுண்டா
வீணா...

தப்பான வழியிலநீ போனா...
தறுதலயா ஆயிடுவ நைனா...
வாழ்க்கையில எத்தனையோ பேரு...
ஆகிபுட்டான் ஓட்டாண்டியா பாரு...
நாளுவார்த்த நல்லவார்த்த பேசு...
இல்லையின்னா வாழ்க்க முழுதும்
வேஸ்ட்டு...
(சாக்குப் போக்குச் சொல்லாதடா...)

எக்கச்சக்கமாச் சேத்துவைக்கும் பணமே...
வாழ்க்கையில் நிம்மதிய தொலைச்சிபுடும் தினமே...
மூணுவேல சோறுதிங்கத் தானே...
நாம மும்முரமா உழைக்கிறோமே
காண்டா...

வெட்டிப்பசங்க போல நாங்க
இல்ல...
வேர்வ சிந்த உழைக்கிறோமே இங்க...
எல்லாச் சாமியும் எங்களுக்கு ஒண்ணு...
ஏடாகூட அரசியலுக்கு மண்ணு...
ஏச்சிப் பொழைக்கும் கூட்டத்தக்
கண்டா...
எகிறிடுமே அவன் தலையும் துண்டா...

உழைச்சிப் பொழைக்கும் வழியநாம
சொன்னா...
ஒருத்தருமே கேக்கலையே கண்ணா...
பாதமாறிப் போகாதன்னு சொன்னா...
இளிச்சவாயன்னு சொல்லுறானே முன்னா...
(சாக்குப் போக்குச் சொல்லாதடா...)

38

எல்லா நம்மால முடியும்...

எல்லாம் நம்மால முடியும் தன்னால
ஏக்கத்தத்தான் தொரத்திபுட்டுப்
போடா முன்னால...
மேடுபள்ளங்கள நெரப்ப முடியுண்டா...
வாழ்க்கக் கஷ்டத்தத் தொரத்த முடியுண்டா...

எதுக்கு மெரளுற ஏன் தளருற
துச்சமுன்னு எல்லாத்தையும்
தூக்கி எறியிடா...
பெறக்கும்போதே கொண்டுகிட்டு
யாரும் வரலடா...
பெத்தவங்க சேத்துவச்சது
நெலயும் இல்லடா...

காத்தபோல பரவிநீயும்
வாழப்பாருடா...
கத்துக்கொள்ள வாழ்க்கையில
நூறு இருக்குடா...
சொந்தபந்தம் கொறசொன்னாக்கா
காதபொத்திக்கோ...
சோகத்தத்தான் சொல்லிவச்சி அடிச்சி தொரத்துங்கோ...
(எல்லாம் நம்மால முடியும் தன்னால)

ஆசப்படும் எல்லாத்தையும்
அடய நெனச்சிக்கோ...
அல்லும்பகலும் ஒழச்சி நீயும்
சொத்தச் சேத்துக்கோ...

புத்தனாக வாழநீயும் நெனைக்க வேணாண்டா...
புத்தியத்தான் தீட்டிவச்சி
பொழப்பப் பாருடா...

சத்தம்போட்டு பேசிபுட்டா
குத்தம் மறையுமா...
சாதிக்காரன் ஒண்ணுசேந்தா
யுத்தம் பெறக்குமா...

கேலிபேசி கிண்டல்பேசி
என்ன ஆச்சிடா...
கேட்டதெல்லாம் கெடச்சிபுட்டா
வாழ்க்க தூசிடா...

ஊருவுலகம் மெச்சனும்னு
வாழபாக்காத...
ஒன்னோட சொயத்த விட்டு
வாழ்வ நோக்காத...

 ஏ.இரமணிகாந்தன்

குத்தங்குற இல்லாத
வாழ்க்க ஏதுடா...
குதூகலமா வாழ்க்கயநீயும்
வாழப் பாருடா...

அக்கா தங்கச்சி அண்ணன் தம்பி
அன்பு வேணுண்டா...
ஆனமட்டும் துன்பதுயரில்
பங்குகொள்ளுடா...

கண்ணீருல கரையிறது
வாழ்க்க இல்லடா...
காயமெல்லாம் ஆறிப்போகும்
நீயும் நம்புடா...

மனசுக்குள்ள இரணத்தச் சுமந்து
மாண்டுபோகாதே...
மாயவித்த வாழ்வில் நடக்கும்
மனம் தளராதே...

துயரங்களில் தோள்கொடுக்க
தோழன் உண்டுடா...
தோல்விகளும் துவண்டுபோகும்
வாழ்வக் கண்டுடா...
(எல்லாம் நம்மால முடியும் தன்னால)

உன்னவிட உயர்ந்தவன்னு
யாருமே இல்ல...
உன்னவிட தாழ்ந்தவன்னு
பாரிலே இல்ல...

நீயும் முன்னால
நட போடு தன்னால
எல்லாமுமே மாறிவிடும்
இயல்பு தன்னால....

துச்சமாக யாரையும் நீ
தூக்கிப் போடாத....
துயரத்துல தோள் கொடுக்கும்
நீயும் மாறாத...

ஆளப்பாத்து எடபோட்டு மாட்டிக்கிடாத...
ஆசப்பட்டு அளவில்லாதத்
துன்பப்படாத...

கேள்விமேல கேள்வி கேட்டுக்
கோபப்படாத...
கேட்குமிடத்தப் பிடிக்கும்வர
மனம் தளராத...

ஆனமட்டும் உதவிட நீ
ஆசப்படுடா...
ஆயுசுக்கும் உன்னக்காக்கும்
தர்மமதுடா...

அன்பகலந்து பேசி நீயும்
வாழ்க்க வாழுடா...
ஆனந்தமே அதவிடுத்து
வேற ஏதுடா...

பிடிச்சிவாழும் வாழ்க்கையில
மகிழ்ச்சி இருக்குது...
சிந்தனைக்கு வழிதிறந்து
பாதை வகுக்குது...

நேரம்காலம் நிமிடம்கூட
தவறவிடாத...
நெசமாகத் திரும்பவரும்னு
தவறா எண்ணாத...

பாடுவதும் ஆடுவதும்
உற்சாகம் நமக்கு...
பழசையெல்லாம் நெனச்சிப் பார்க்க
ஆசையா இருக்கு...
(எல்லாம் நம்மால முடியும் தன்னால)

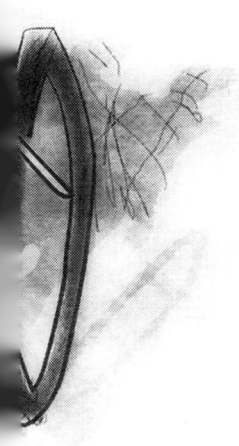

39

மனசு நோகுமா...?

மாற்றங்கள ஏத்துக்கொள்ள
நீயும் பழகிக்கோ...
மாறிவரும் உலகத்தோட
வாழக் கத்துக்கோ...

ஏழபாழ என்பதெல்லாம்
எழுதியது இல்ல...
ஏக்கத்த தான் நீயும் சுமக்க
யாரும் சொல்லல...

சாக்குப் போக்குச் சொல்லித்தானே
காலம் தள்ளுற...
சாதிச்சவன் பின்னால் ஏன்
நீயும் ஓடுற...

கேள்வி கேட்கத் துணிவில்லாம
நீயும் வாழுற...
கெஞ்சிக் கெஞ்சி
வாழ்வத் தொலைச்சி
தினமும் சாகுற...
(மாற்றங்கள ஏத்துக்கொள்ள...)

வந்தவன்லாம் வாழ ஏனோ
வழிய விட்டுட்ட...
வாய்ப்புகள வழங்கிவிட்டு
புலம்பித் தவிக்கிற...

பண்பாட்ட பலிகொடுக்கப்
பழகிப் போயிட்ட...
வரலாற மறந்துவிட்டு
அடிமை ஆயிட்ட....

பெத்த தாயப் போலத்தானே
உந்தன் தாய்மொழி...
பேணிக்காக்க மறந்துவிட்டா
போவ பாழ்வழி...

வேகமான வளர்ச்சியின்னு
வழிய மறக்கிற...
வேதனையச் சந்ததிக்கு
பரிசாக் கொடுக்கிற....
(மாற்றங்கள ஏத்துக்கொள்ள...)

கனவுகண்டே காலமுழுதும்
வாழ்வத் தொலைக்கிற...
காசு பணத்த தேடித் தேடி
ஆயுள் முடிக்கிற...

வாழுகின்ற வாழ்க்கையோட
பொருளத் தேடல...
வாய்ப்புகளத் தவறவிட்ட
நெலையும் மாறல...

ஏசி பேசி உறவக் கெடுத்து
வாழ்ந்தது போதும்...
எள்ளி நகையாடும் போக்க
நிறுத்திடு நீயும்...

போனபோக்கில் வாழ்வதெல்லாம்
வாழ்க்கையாகுமா...
புரிஞ்சி தெரிஞ்சி நடந்துக்கிட்டா
மனசு நோகுமா..?
(மாற்றங்கள ஏத்துக்கொள்ள...)

40

மலரும் கதிரின் மயக்கம்

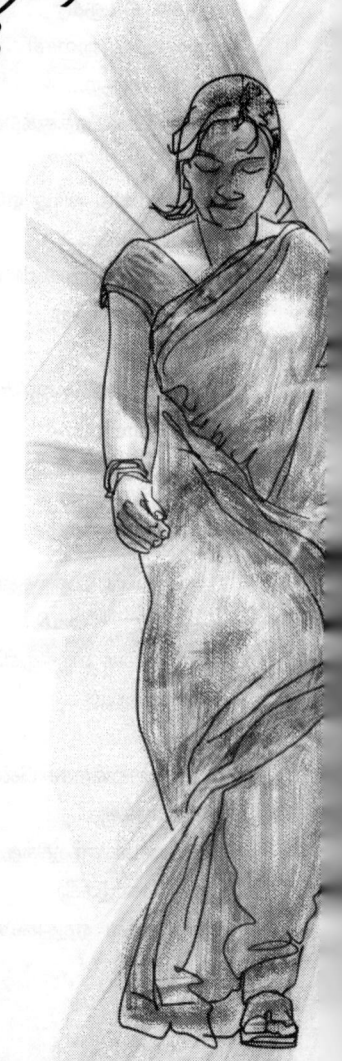

மலரும் கதிரின் மயக்கமே
மௌன மொழியில் சிரிக்குமே
உலகம் உன்னில் விழிக்குமே
உயிரின் உறவு உணர்த்துமே...

பனியும் உன்னால் உயிர்க்குமே
பறவைக் கூட்டம் இசைக்குமே
மேகம் முத்தம் கொடுக்குமே
மேனி எங்கும் வியர்க்குமே...
(மலரும் கதிரின் மயக்கமே...)

காலம் உன்னை கணிக்குமே
கருமை நிறங்கள் முழிக்குமே
காற்றும் இருப்பைச் சிலிர்க்குமே
கண்ணில் கருணை பிறக்குமே....

சோம்பல் உன்னைப் பகைக்குமே
சுகங்கள் சுவையாய் இனிக்குமே
பாதை பழக அழைக்குமே
பசுமை பூத்துக் குலுங்குமே...

உறக்கம் உடலைத் தவிர்க்குமே
ஊடல் விலகி நிற்குமே
பாசம் நெஞ்சில் ஊறுமே
பருவம் பசலை மேவுமே....
   (மலரும் கதிரின் மயக்கமே...)

துடிக்கும் இதயம் வருடுமே
துள்ளல் மனதில் துளிர்க்குமே
காதல் கண்ணில் துடிக்குமே
கசக்கும் பாகற் இனிக்குமே...

நிசப்தம் விலகப் பிடிக்குமே
நீரும் நிலையைத் துறக்குமே
ஆற்றல் அனைத்தும் அடக்கமே
ஆய்வின் அர்த்தம் தோற்குமே....

வரவும் செலவும் வாழ்த்துமே
வையம் வாழ போற்றுமே
துளிரைத் தென்றல் தீண்டுமே
தூய்மை துணிவாய்ப் பேசுமே...
   (மலரும் கதிரின் மயக்கமே...)

41

பறவைகளின் வாழ்க்கை...

பறந்து பறந்து பாடித் திரியும்
பறவையப் பாரு...
பாதகீத வகுத்து அதற்கு
கொடுத்தது யாரு..?

பட்டாகிட்டா போட்டுக்கத்தான்
பாதை வகுத்துதா...
பறந்துபோகும் இடத்துக்கெல்லாம்
இசைவு கேட்குதா..?

உண்ணும் உணவப் பதுக்கிவச்சி
உறங்கிக் கழிக்குதா...
உலகத்துல வாழப் பயந்து
ஓஞ்சி போகுதா..?

இருக்கும்வரை எல்லைகட்டி
எதையும் செய்யல...
இன்பம் துன்பம்னு பிரிச்சிவச்சி
ஏங்கித் தவிக்கல...
(பறந்து பறந்து பாடி ....)

உடம்ப நெனச்சி உருகியுருகி
ஓம்பித் தவிக்கல...
உருண்டு பெறண்டு நோயச்சுமந்து
வாழ்வத் தொலைக்கல...

கோபதாபம் கொண்டுநாளும்
கொத்திக் கொளரல...
கோட்டக்கட்டி மனசுக்குள்ள
மறுவித் தவிக்கல...

நாளும் கோளும் பாத்துக்கிட்டு
நாள கழிக்கல...
நாசமாகும் வழியவகுத்து
நஞ்ச வெதைக்கல...

சட்ட திட்டம் போட்டுப் போட்டு
மட்டம் தட்டல...
சந்ததிக்குச் சொத்தசேத்து
வயித்த வளக்கல...

அழுக்கு அழகு என்பதெல்லாம்
அறவே இல்ல...
அன்பச்சுமக்கும் படைப்பியக்க
திசையும் மாறல...
(பறந்து பறந்து பாடி ....)

ஊருவிட்டு ஊருபோயி
உறக்கம் தொலைக்கல...
உண்மையான வாழ்வவிட்டு
நாளும் விலகல...

காயம்பட்ட வலியசுமந்து
காலம் தள்ளல...
காதலுக்குத் தடையப்போட்டு
குறுக்க நிக்கல...

சொந்தபந்தம் சோர்ந்திருக்க
உண்டு கொழுக்கல...
சோதனையச் சுமக்கவிட்டு
மகிழ்ந்து இருக்கல...

நாளைக்காக நெனச்சி நாளும்
பொருளச் சேக்கல...
நாழிகைகள் நகரவிட்டு
வாழ்வ வெறுக்கல...

ஏற்றத்தாழ்வ ஏத்துக்கிட்ட
சமூகம் இருக்கல...
ஏதிலியா எடத்தவிட்டு
எங்கும் பறக்கல...
(பறந்து பறந்து பாடி ....)

42

இயற்கை சிரிக்குமே....

எடபோட்டு எடபோட்டு
என்ன கிழிச்ச...
ஏக்கத்த சொமந்தேதான்
வாழ்வத் தொலைச்ச...

போடாத வேஷங்கள்
இன்னும் இருக்கா...
போலியா வாழ்வதுதான்
உந்தன் பொழப்பா..?

யாருக்காக வாழநீயும்
இங்கு பொறந்த...
யாசகமா எண்ணங்கள
வீணாச் சொமந்த...
(எடபோட்டு எடபோட்டு ...)

நொந்துநொந்து சாகத்தானா
வந்து பொறந்த...
நொட்டுச்சொல்லி நொட்டுச்சொல்லி
வாழ மறந்த...

பத்துகாசு சேக்கத்தானே
ஆளாப் பறந்த...
பந்தபாச நேசங்கள
தானாத் தொறந்த...

இட்டுக்கட்டி இட்டுக்கட்டி
பகைய வளத்த...
இசங்களையே சொமந்துகிட்டு
எல்ல பிரிச்ச...

சிரிச்சிவாழும் சிந்தனைக்குத்
தடையை விதிச்ச...
செறபோட்டு உனக்குள்ளே
நீயும் தனிச்ச...

வரையவரைய வகுத்துகிட்டு
வாழப் பாக்காத...
வாசற்கதவ மூடிவிட்டு
காத்த தேடாத...
(எடபோட்டு எடபோட்டு ...)

நிகழ்வில் வாழ நெனச்சிபுட்டா
நெருக்கடி இல்ல...
நெசத்த உணர படிச்சிபுட்டா
தீர்ந்திடும் தொல்ல...

எதிரும்புதிரும் எப்போதுமே
இயல்புன்னு எண்ணு...
ஏடாகூட வாழ்க்கையையும்
இரசித்திடு நின்னு...

நாளுக்குநாள் நமது பயணம்
இறப்ப நோக்கித்தான்...
நாம் வகுக்கும் வழிமுறையோ
கானல் நீருதான்...

மனநிலைய மாத்திக்கிட்டா
மகிழ்ச்சி கூடுமே...
மனிதனோட செயலபாத்து
இயற்கை சிரிக்குமே....

எதநோக்கி ஓடறமுன்னு
ஒரு கணம் யோசி...
எதுக்கு இந்தப் பயணமென்ற
காரணம் வாசி....
(எடபோட்டு எடபோட்டு ...)

43

உருவெடுத்த கடவுள்...

நெஞ்சிக்குள்ள நெருப்பு
நீதான் அந்த உயிர்ப்பு...
நெசத்த சொன்னா
மனசுக்குள்ள உன்னோடய
நெனப்பு...

எதுக்குயிந்த தவிப்பு
என்னயிது பொழப்பு...
எல்லாமுமே நீயானதால்
எனக்குயில்ல இருப்பு...

உன்னோடய பார்வை
உள்ளத்துல வேர்வை...
ஊசலாடும் ஊஞ்சலப்போல்
உயிரப்பறிக்கும் ஆள...

காத்து வந்து உரச
காதில் சேதி பேச...
கண்ணு முன்ன
உன்ன நிறுத்தி
கனவுகளா வீச...
(நெஞ்சிக்குள்ள நெனப்பு...)

ஓரக்கண்ணு தீட்டும்
ஓவியத்தக் காட்டும்...
உணர்வுக்குள்ள ஒரசிஒரசி
உயிர சூடு ஏத்தும்...

ஒத்த எண்ணம் நமக்கு
ஓரத்துல பிணக்கு...
ஊடலிலும் ஓயவில்ல
ஒன் நெனப்பு எனக்கு...

பசியெடுக்கும் வேல
பாத்து எல போட...
பாசம் சொமந்து பரிமாற
பரிவுக்கேது வெல...

உந்தன் பேச்சி உணர்வில்
உறங்கிப் போனேன் நினைவில்...
உயிரப்பொத்தி அடைகாக்க
உருவெடுத்த கடவுள்...
(நெஞ்சிக்குள்ள நெனப்பு...)

ஏ.இரமணிகாந்தன் | துளிர்

வாழ்க்கையோட நெசத்த
வந்தநீயும் உணர்த்த...
விழியின் நீரு சுமக்கும் வலிய
விரட்டி வாழ்வு கொடுத்த...

தூரம் செல்லத் துடிக்கும்
துயரம் சுமந்து வலிக்கும்...
துன்பம்போக்கும் தூயமருந்தாய்
தோழமையை வளர்க்கும்...

நெனப்பு எல்லாம் நெறஞ்சி
நெகிழும் அன்ப பொழிஞ்சி...
வாழ்வை நாளும் தாரைவார்த்து
வழிசமைக்கும் நெஞ்சி...

காக்கும் கடவுள் நீயே...
காலத்துணையும் நீயே...
கருணை கொண்ட தாயே...
காதலானாய் நீயே...
(நெஞ்சிக்குள்ள நெனப்பு...)

44

சுழற்சி இயக்கம்...

குதூகலமா குதூகலமா
குதிச்சி ஆடுங்க..
குழந்தைகள போலநீங்க
வாழப்பாருங்க...

மனசுக்குள்ள மாசில்லாம
உலகப்பாருங்க...
மயக்கங்களில் மாட்டிக்காம
வாழ்வத்தேடுங்க...

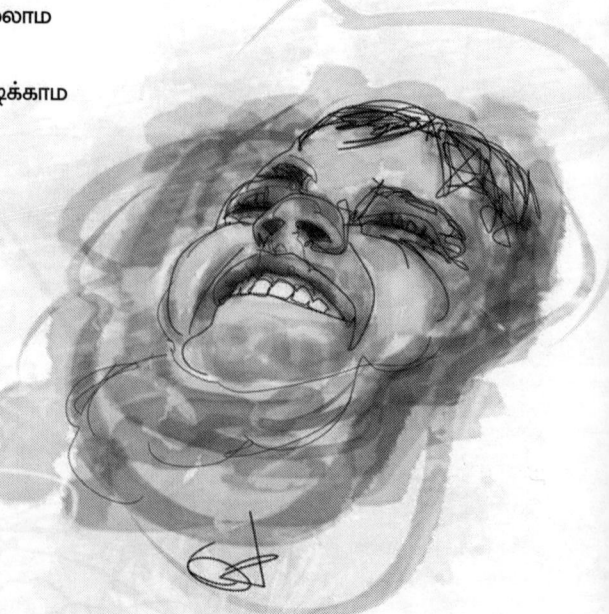

பிறந்ததெல்லாம் வாழத்தானே
பெருமை கொள்ளுங்க...
பேதங்களச் சுமந்துகிட்டா
வாழ்க்கைவீணுங்க....

தேடுதலுக்குத் திசைகளில்ல
தேடிப்பாருங்க...
தேவையென்பது மீதமில்ல
தெரிஞ்சிக் கொள்ளுங்க...
(குதூகலமா குதூகலமா...)

விருப்புவெறுப்பு என்பதெல்லாம்
மனசின்பதிவுங்க...
விளங்கிக்கொள்ள விரும்பிவிட்டா
விளக்கம் பிறக்குங்க...

காலைமாலை என்பதெல்லாம்
கணக்கு இல்லைங்க...
கணப்பொழுதும் வாழத்தானே
கருத்தில் கொள்ளுங்க...

பார்ப்பதெல்லாம் பரவசத்தின்
உச்ச எல்லைங்க...
பரிசங்களின் உணர்வுக்குள்ள
பயணம் செல்லுங்க...

இன்றுகாணும் காட்சிகூட
நாளை மாறுங்க...
இதயத்திலே அன்பையேந்தி
தினமும் வாழுங்க...

காண்பதெல்லாம் கருணையுருவின்
காட்சிதானங்க...
கடவுளென்பது காண்பதன்றி
வேறுயாருங்க...
(குதூகலமா குதூகலமா...)

சோலைபூக்கும் மலர்களோடு
சிரித்துப் பேசுங்க...
சொர்க்கம் நரகம் என்பதெல்லாம்
நம்மில் தானுங்க...

கேட்கும்ஓசை இயற்கையோட
பேச்சுத்தானங்க...
கேள்விகளுக்கு விடைகிடைக்கும்
உன்னில் தேடுங்க...

உலகவுயிர்கள் அனைத்துமே
உறவுதானுங்க...
உண்மைகள உணர்ந்துகொண்டா
துன்பமேதுங்க...

வாழ்க்கையென்பது சுழற்சியோட
இயக்கம்தானங்க...
வாட்டம்போக்கி நாட்டமேந்தி
நடந்துசெல்லுங்க...

நெனச்சதெல்லாம் நெனச்சபடி
நடக்கும்பாருங்க...
நேசபாசம் எல்லாத்தையும்
நெஞ்சில் சேருங்க...
(குதூகலமா குதூகலமா...)

45

உணர்வின் விழிப்பு...

வேதனைத் தீயில்
வெந்தது போதும்
வேள்வியாய் உனையே
விதைத்திடு நாளும்....

கானலில் தாகம்
கணிந்திடத் தீரும்
காதலில் மோகம்
கலந்துடன் வாழும்...

ஊடலில் கூடல்
ஊக்கமாய் மாறும்
உவகையைத் தேடி
உள்மனம் ஓடும்...

பாடலில் இராகம்
பாய்ந்திசை மேவும்
பந்தமாய் நம்மில்
பற்றுதல் கூடும்....
(வேதனைத் தீயில்...)

வருவதும் போவதும்
இயல்பின் இயக்கம்
வாழ்வதும் வீழ்வதும்
வகுத்த நம்பழக்கம்...

காட்சிகள் மாற
காலங்கள் அழைக்கும்
கட்டுடல் தேய்ந்து
எலும்புகள் சிரிக்கும்...

வேர்வைப் பூக்களோ
வழியினைச் சமைக்கும்
வேண்டி நின்றாலும்
விதியா தடுக்கும்...

மனதின் மார்க்கங்கள்
மகிழ்ச்சியில் பிறக்கும்
மாயத் தோற்றங்கள்
பனியென முளைக்கும்....

விழுந்த விதைகளில்
விருட்சத்தின் உறக்கம்
விண்ணின் விளக்கங்கள்
உன்னில் திளைக்கும்...
(வேதனைத் தீயில்...)

மாற்றம் மலர்ந்திட
மானுடம் செழிக்கும்
மதியின் உறவேந்தி
மனமும் நடக்கும்...

கதிரின் விழுதாக
உயிர்களும் உதிக்கும்
கருணைக் களம்நோக்கி
கால்களும் நடக்கும்...

நெஞ்சில் ஏந்தியது
நெகிழ்வின் விருந்து
நேசம் சுரந்திடும்
இயற்கை மருந்து...,

மண்ணின் வாசம்
மனதிலும் வீசும்
மகிழ்ச்சியை ஏந்திட
மயக்கங்கள் கூசும்...

உணர்வின் விழிப்பும்
உண்மையின் களிப்பும்
உணர்ந்திட உயிர்க்கும்
உயிர்களின் விளக்கம்...
(வேதனைத் தீயில்...)

46

ஆழ்ந்த விழிப்பு...

செல்லும் திசை
சரியா சரியா?
செதுக்குவது நான்
சிலையா சிலையா?

அல்லும் பகல்
நினைவா நினைவா?...
அடைவது என்றும்
கனவா கனவா?...

கண்டும் காணா
திசையா திசையா?
கடந்து செல்ல
வரியா வரியா?

உள்ளம் எல்லாம்
தனலா தனலா?
ஊக்கம் மட்டும்
நிழலா நிழலா?
(செல்லும் திசை....)

மயக்கங்களே நம்
மருந்தா மருந்தா...
மனதுக்கு என்றும்
விருந்தா விருந்தா..?

கலக்கம் இங்கு
பிறையா பிறையா...
காயங்கள் அதற்கு
இரையா இரையா..?

இறுக்கம் இங்கே
வலியா வலியா...
இயற்கை நமது
வழியா வழியா..?

முகங்கள் சுமக்கும்
மொழியா மொழியா...
மௌனம் இழைக்கும்
சுவையா சுவையா..?

வேர்வை வரையும்
குளிரா குளிரா...
வெட்கம் சிரிக்கும்
உயிரா உயிரா..?
(செல்லும் திசை....)

காற்று எழுதும்
உணர்வா உணர்வா...
கண்கள் பிடிக்கும்
படமா படமா..?

மூச்சு சுவைக்கும்
மணமா மணமா...
முகவரியே உன்
குணமா குணமா...

ஆசை பாயும்
வரமா வரமா...
அன்பு மலரும்
மனமா மனமா...

வாழ்க்கை வளர்க்கும்
வளமா வளமா...
வயது கணக்கும்
பலமா பலமா..?

அன்பு சுரக்கும்
அறமா அறமா...
ஆழ்ந்த விழிப்பின்
இனமா இனமா..?
(செல்லும் திசை....)

47

ஆழ்கடல் அன்பு...

வாழ்க்கை இங்கே
வலியானதா?
வாழும் நாட்கள்
நிலையானதா?

ஏக்கம் சுமந்த
பயணமிது...
ஏனோ வாழ்வை
வெறுக்கிறது...

நோக்கம் என்பது
புரிகிறதா?
நோகும் பயணம்
தொடர்கிறதா..?

தேடல் தினமும்
தேய்கிறதா...
தேக்கம் இங்கே
சுடுகிறதா...

பாதை எல்லாம்
ஒரு திசையோ...
பார்வை மட்டும்
பல திசையோ...
          (வாழ்க்கை இங்கே
           வலியானதா?)

காலம் கொடுத்த
கனவுஇது...
காணும் இயல்பில்
பிடிக்கிறது...

மோகம் பிறக்க
உயிர்க்கிறது...
மோதல் முனைப்பாய்த்
தொடர்கிறது...

ஆக்கம் அழகாய்
அழைக்கிறது...
ஆதல் வீழ்த்தி
வதைக்கிறது...

ஓசை இசையாய்
ஒலிக்கிறது...
ஓதல் உணர்வாய்
சிலிர்க்கிறது...

காதல் வாழ்வாய்
இருக்கிறது...
காயம் கூடக்
கடக்கிறது....

போக்கும் புரிய
மறுக்கிறது...
பூக்கும் பூவும்
சிரிக்கிறது...

ஆசை அலையாய்
எழுகிறது...
ஆழ்கடல் அன்பாய்
அழைக்கிறது...
            (வாழ்க்கை இங்கே
            வலியானதா?)

வாசல் தேடும்
வசந்தமிது...
வாய்ப்பை வழங்க
அழைக்கிறது...

மாற்றம் வாழ்வை
இயக்குவது...
மாயம் மனதை
மயக்குவது...

சாபம் என்றும்
வலிக்கிறது...
சாவும் கூட
உவக்கிறது...

ஆணோ பெண்ணோ
இயற்கையிது...
ஆழ்ந்து நோக்கின்
வியப்புமது...

பாதம் தேய
வலிக்கிறது...
பாயும் பகையும்
வதைக்கிறது...

மூர்க்கம் துளிர்க்க
நினைக்கிறது...
மூட்டம் முடிவாய்
சூழ்கிறது...

ஆன்றோர் வாக்கு
பலிக்கிறது...
ஆன்ம அறிவு
கிடைக்கிறது...
            (வாழ்க்கை இங்கே
            வலியானதா?)

48

ஆழம் அறிவோமா..?

உள்ளத்துல தோணுறத
உரக்கச் சொல்லட்டுமா...
உண்மையோட உயிர்வலிய
உணர்ந்து சொல்லட்டுமா..?

ஆராத வடுக்களோட
ஆதி சொல்லட்டுமா...
ஆறறிவச் சுமந்தவனின்
சேதி சொல்லட்டுமா..?

சுயத்த சுடும் மொழிகளத்தான்
சுமக்கக் கற்கட்டுமா...
சோதனையில் மிதக்கும் வலிய
சொல்லி ஆறட்டுமா..?
(உள்ளத்துல தோணுறத...)

விழிகளேந்தும் ஏக்கத்த
விளக்கிச் சொல்லட்டுமா...
விளங்காத பொருள்களுக்கு
விளக்கம் தரட்டுமா..?

அன்பயெல்லாம் அள்ளித்தரும்
அட்சயம் தெரியுமா...
ஆளுமைக்கு அணிசேர்க்கும்
சூட்சுமம் புரியுமா..?

பெத்தகடன் வளர்த்துப்புட்டா
முற்றிலும் தீருமா...
பேரின்பத்தின் அருமை பெருமை
பிள்ளைக்குச் சேருமா..?

கடந்துவந்த பாதைகளின்
சுவடு தெரியுமா...
கண்ணில்பட்ட காட்சிக்கெல்லாம்
காரணம் வேணுமா..?
(உள்ளத்துல தோணுறத...)

ஆசாபாச நேசங்களின்
உணர்வு புரியுமா...
ஆனந்தத்த ஆட்சி செய்யும்
ஆழம் அறிவோமா..!

பேசுகின்ற பேச்சுக்கெல்லாம்
பொருள உணர்வோமா...
பேதங்கல விலக்கிவைக்கும்
பெருமை அறிவோமா..?

காசுபணம் சேர்ந்துபுட்டா
கருணை விலகுமா...
காயங்களைச் சுமந்த வாழ்வின்
நினைவு மறக்குமா..?

ஏழைபாழ ஏங்கிகிடக்க
மனசும் தாங்குமா...
ஏளனங்கள ஏந்தித் தள்ளும்
ஏற்றம் வாய்க்குமா..?
(உள்ளத்துல தோணுறத...)

49

காதலின் நிழலே...

காவியம் தோற்கும்
காதலின் வசந்தம்...
காரிருள் போக்கும்
காலத்தின் பயணம்...

வேள்வியில் பிறக்கும்
வேதத்தின் மயக்கம்
வேற்றுமை தவிர்க்கும்
வேர்வையின் நெருக்கம்...

பூத்தது சிரிக்கும்
பூமியின் சொர்க்கம்
பூரிப்பில் சிலிர்க்கும்
பூகம்பக் கிரக்கம்...

சோதனை சுகமாய்
சோகங்கள் பலமாய்
சோலைகள் வியக்க
சோர்வுகள் மறக்க...
(காவியம் தோற்கும்...)

காண்பது கனவோ
காதலே நினைவோ
காற்றினில் பிறக்கும்
கானத்தின் சுகமோ...

ஆழம் தேடி
ஆசையில் ஓடி
ஆழ்ந்து இருக்க
ஆனந்தம் பிறக்க...

கூவிடும் குயிலும்
கூந்தலின் எழிலும்
கூச்சம் பறக்க
கூகை சிரிக்க...

ஆடலும் பாடலும்
ஆனந்தக் கூடலும்
ஆழியின் இருப்பாய்
ஆர்த்தெழும் களிப்பாய்...

காலடி மணலும்
காதலின் நிழலே
காய்ந்த சங்கும்
கானத்தின் உருவே...
(காவியம் தோற்கும்...)

மாவிலைத் தோரணம்
மாப்பிள்ளை ஊர்வலம்
மாய மானாய்
மாற்றமும் மனதில்...

நாதங்கள் பிறக்க
நாணமும் தடுக்க
நாணல் நளினம்
நானும் சிலிர்க்க...

வேதனை விலக
வேஷம் கலைய
வேகம் பிறக்க
வேள்வி இசைக்க...

தாகம் எடுக்க
தாபம் தணிக்க
தாவிக் குதிக்க
தாயாய் இருக்க...

பாதை அழகாய்
பார்வை எழிலாய்
பாவை உருவம்
பாடும் பருவம்...
(காவியம் தோற்கும்...)

50

எடுடா எடுடா பறைய...

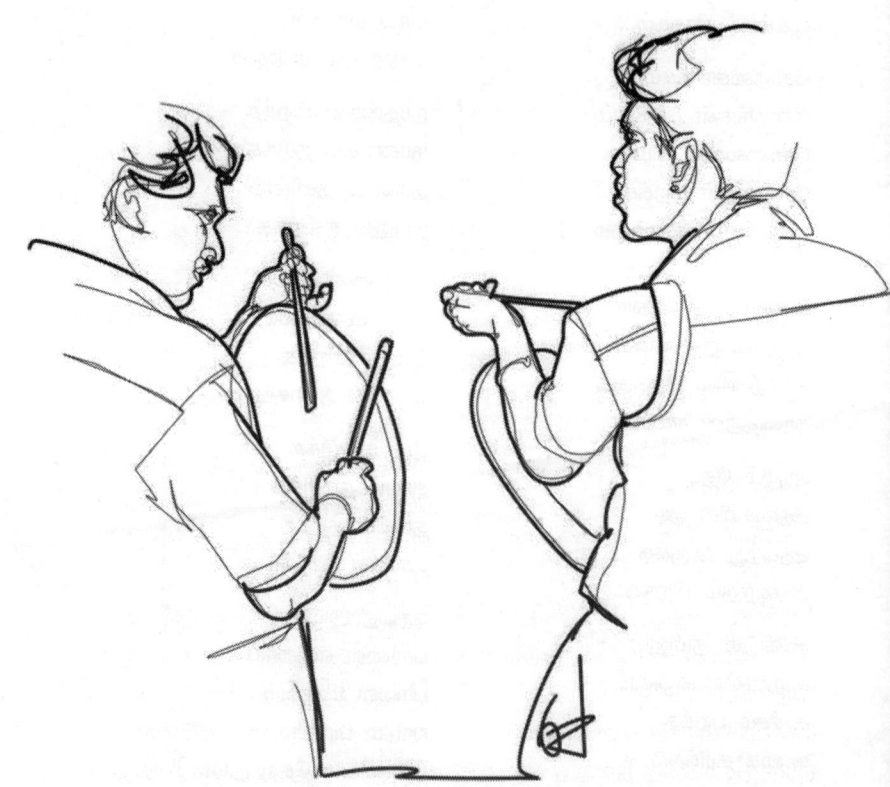

நாளும் நமக்கு நல்ல நாளு
நாளும் கோளும் வகுத்ததாரு
நாளு பக்கமும் நம்ம ஊரு
நாம எல்லாம் சொந்தம் பாரு..?

சோத்துக்கிங்குப் பஞ்சம் ஏது
சோழன் ஆண்ட பூமியிது
சோதனைகளக் கடக்கப் பாரு
சோகங்கூட வாழ்க்கை கூறு...

ஏழ பாழ இங்கு யாரு
யார் வகுத்தது நாளு கூறு
எடுடா எடுடா பறைய
எட்டுத் திக்கும் விழிப்படைய ...
(நாளும் நமக்கு நல்ல நாளு...)

ஆதியினம் நம்ம இனம்
ஆழ்கடலும் சேதி சொல்லும்
ஆண்டதெல்லாம் அகிலமெங்கும்
ஆட்சியின்றி அடிமையானோம்...

கூறுபோட்டுப் பிரிச்சது யாரு
கூட்டிக்கொண்டு வந்தது யாரு
கூகைபோல விழிப்பிருந்தும்
கூட்ட கலைச்சிப் போட்டதாரு..?

வேர்வசிந்தி உழைச்ச இனம்
வேறுபாட்டில் விழுந்த கணம்
வேதனையச் சொமந்த சனம்
வேகம் கொண்டு எழுவதெப்போ..?
(நாளும் நமக்கு நல்ல நாளு...)

யாதும் ஊரே என்ற குணம்
யாவரும் சொந்த இனம்
யாசகத்துக்கு அடிமையாகி
யாதுமற்றுப் போன சனம்...

போதனைகள் பிறந்த இடம்
போர்த்தொழிலை மறந்த கணம்
போகங்களின் மயக்கத்தினால்
போக்கற்று அலைவதேனோ...

சூழ்பகை விலக வேண்டும்
சூழ்ச்சிகளை விளங்க வேண்டும்
சூழலுணரும் தலைமை வேண்டும்
சூழுலகின் சொந்தம் வேண்டும்...
(நாளும் நமக்கு நல்ல நாளு...)

51

யார் வகுத்தார் இந்த விதி?...

யார் வகுத்தார் இந்த விதி?...
யார் நடந்தார் அதன்படி?...
போதனைகள் போதுமடா...
போகும்வழி வெகுதூரமடா...

வேதனைகள் விடுபடவேண்டும்
வேண்டியது பிடிபடவேண்டும்
காலங்கள் கடந்திடும் தூரம்
கானலே வழித்துணை நாளும்....
(யார் வகுத்தார் இந்த விதி?)

ஆகாசம் நெறைய ஆச
ஆளாலுக்கு மாறிடும் பேச
ஓடோடித் தேடிடும் செல்வம்
ஓயாது உசுருள்ள வரையும்...

காணாததக் கண்டிடத் துடிக்கும்
காலமெலாம் கனவே சுமக்கும்
ஊருலகம் மெச்சிடப் பிடிக்கும்
ஊனத்திலே என்றும் இருக்கும்...

போகின்ற போக்கும் மாறும்
போதைமனம் புரிதல் காணும்
ஆவல்கொண்டு அறிவத் தேடும்
ஆனந்தம் அதற்குள் வாழும்...

ஏற்றங்கள் இயல்பாய் உண்டு
ஏக்கங்களத் துரத்திடு முயன்று
ஆக்கங்கள் அன்பின் பயணம்
ஆய்ந்திடு நீ அனுதினமும்...
  (யார் வகுத்தார் இந்த விதி?)

நேசங்கள நெஞ்சம் சுமக்க
நேர்வழியும் அதனால் பிறக்க
வாழ்க்கையோட இயல்பிருக்க
வாழ்ந்திடுவோம் மனமுழுக்க....

ஆடிய ஆட்டங்கள் போதும்
ஆசைகளின் ஓட்டங்கள் கூடும்
ஓசைகளும் இசையாய் மாறும்
ஓர்மையே உயிரின்பம் ஆகும்...

தேடலின் திசைகள் மாறும்
தேடுபொருள் இறைவனாகும்
தேகமது தேய்வும் காணும்
தேடியது உன்னில் வாழும்...

வாழ்வதற்கு வந்தோம் உலகில்
வாழ்ந்திடவே நன்றாய் இயல்பில்
பேருலகின் இன்பத்தை நுகர
பேதங்களைத் துரத்திடு அகல...
  (யார் வகுத்தார் இந்த விதி?)

52

சிட்டாய் பறக்க பட்டா எதுக்கு...

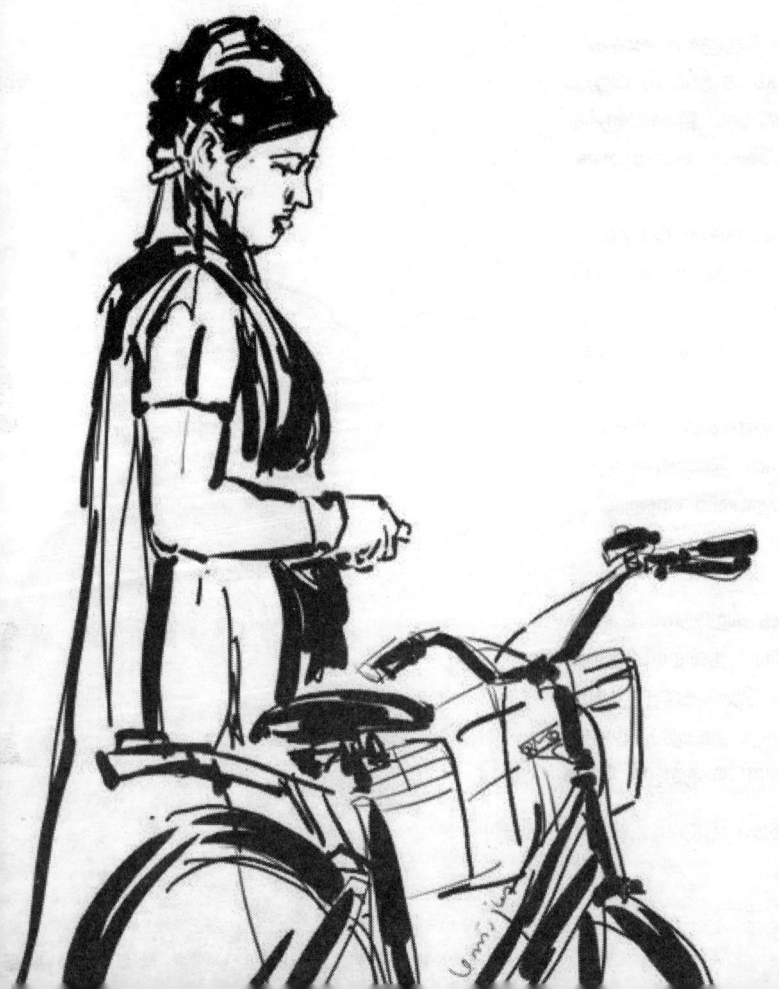

சிட்டாப் பறக்க பட்டா எதுக்கு
சில்லுவண்டுக்கிங்குத் தடையா இருக்கு..?

சிங்கம் போல சிறப்பச் செதுக்கு
சிரித்து வாழத்தான் வாழ்வப் பழக்கு..?

சிந்திக்கணும் நாம சிந்திக்கணும் நாம
சேத்ததுலக் கொடுக்கக் கத்துக்கணும் நாம...

உத்தமனா வாழத்தானே ஊருக்குள்ள யாருமில்ல
உண்மைகளப் பேசத்தானே
உண்மையில பஞ்சமிங்கே...

உணர்ந்துக்கணும் நாம உணர்ந்துக்கணும் நாம
உயரங்கள எட்டத் தெரிஞ்சிக்கணும்...
(சிட்டாப் பறக்க பட்டா எதுக்கு...)

வேளா வேளைக்கு வயித்த நெரப்ப
வேண்டாததெல்லாம் கொட்டி நெரப்ப...

ஒத்திகையா நாம பாத்து வந்தோம்
ஒய்யாரமா உணர்வப் பொத்தி வந்தோம்....

சந்தடிச் சாக்குல சாயம் வெளுக்கும்
சந்தோசத்த நாளும் கெடுக்கும்...

சாதகமா நாம எடுத்துக்கணும்
சந்தோசத்தப் போட்டு நெரப்பிக்கணும்...

துளிர் | ஏ.இரமனிகாந்தன்

ஒட்டு உறவ சிட்டாப் புடுச்சி
ஒசந்த எண்ணத்த நெஞ்சில நெரச்சி...

உலகவாழ்வ வாழ்ந்திடணும்
உயர்ந்தவழிய நாளும் தேர்ந்திடணும்...

வெட்கத்தயிங்க வீசி எறியணும்
வெந்த புண்ணுக்கு மருந்தப் போடணும்...

மத்தத எல்லாம் மறந்து போகணும்
மானம்காக்க தானா எழணும்....

புரிஞ்சிகிட்டாப் பொழச்சிக்கலாம்
புன்னகையே நெரச்சிக்கலாம்...

பொத்தாம் பொதுவாப் பொறந்திடல
பொக்கிஷம் கெடக்கு நம்மக்குள்ள...
(சிட்டாப் பறக்க பட்டா எதுக்கு...)

ஆளாலுக்குப் பறந்து என்ன
ஆசைகள சொமந்து என்ன...
அடையும்வழிய நாம தெரிஞ்சிக்கணும்
ஆசைகள அளவாச் சொமந்துக்கணும்...

கத்தது எல்லாம் வித்தையில்ல
கஞ்சிக்கு அது பத்தவில்ல....

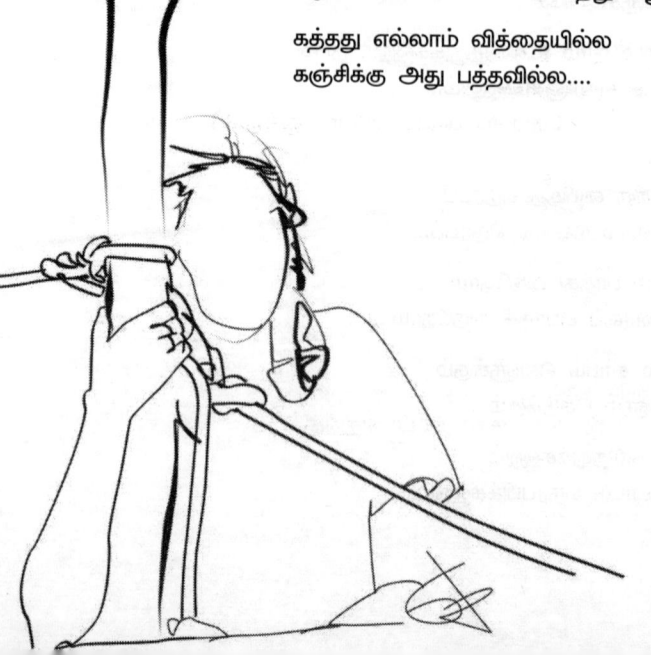

ஏ.இரமணிகாந்தன் | துளிர்

கண்ணுல சொமக்கும் கனவுகள
காயம் சொமந்த நெனைவுகள...

அடைஞ்சிட நாம தெளிஞ்சிடணும்
அன்ப வெதச்சி மகிழ்ந்திடணும்...

காலம் நம்ம கையில இல்ல
கடமைகளும் கொறையவில்ல...

காசு பணம் போதவில்லை
காலத்துக்கும் கடனே தொல்ல...

ஏழபாழ இங்கு வாழவில்ல
எங்களுக்கும் வழி தெரியவில்ல...

சேத்து வச்ச சொத்தெல்லாம்
சேர்ந்திடுமா செல்லயில...

சிந்திக்கத்தான் நேரமில்ல...
செல்லும் வழி தூரமில்ல...
           (சிட்டாப் பறக்க பட்டா எதுக்கு...)

53

காட்சி மாறல...

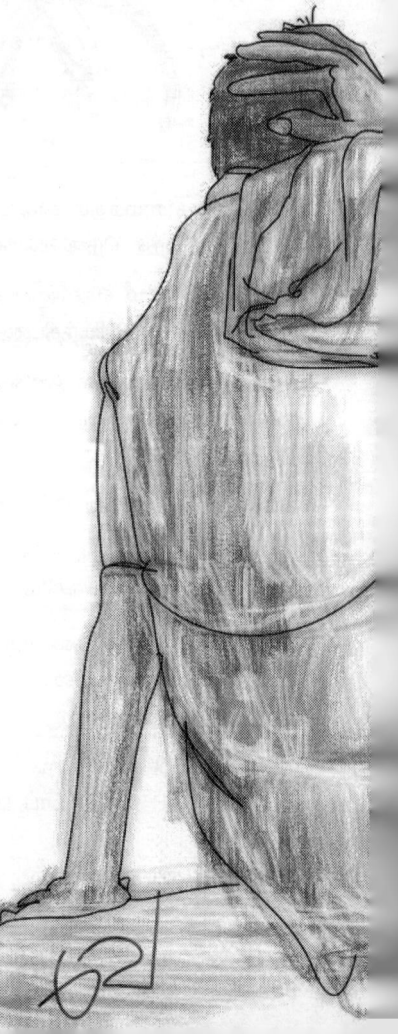

அஞ்சுவருசம் ஆட்சி செய்யும்
அரச பரம்பர...
பிஞ்சு போன செருப்பமாத்த
வழியும் பொறக்கல...

மாறிமாறி ஆட்சி செஞ்சும்
காட்சி மாறல...
மக்களோட வயித்துப்பாடு
ஏனோ தீரல...

திட்டம்போட்ட துட்டு எல்லாம்
எங்க போனது...
தெருத்தெருவா மேடுபள்ளம்
பல்ல இளிக்கிது...

துட்டுக் கொடுத்தா கவர்மெண்டு
சட்டம் போடுது - இங்க
துன்பங்களே மக்களுக்கு
பரிசா ஆனது...
(அஞ்சு வருசம் ஆட்சி செய்யும்...)

ஆளுங்கட்சியும் எதிர்க் கட்சியும்
கூட்டு சேருது...
ஆளாலுக்குப் பங்குபோட்டு
ரூட்ட மாத்துது...

கல்விக்கொள்ள யாருடைய
காதிலும் விழல...
கப்பம் வாங்கும் அமைச்சருக்கோ
வேதனப்புரியல...

நீரயெல்லாம் மீட்டர்போட்டு
விக்கப் பாக்குறான்...
நிரந்தரமா காத்தக் கெடுக்க
திட்டம் போடுறான்...

தோண்டிப்போட்ட சாலையத்தான்
மூட ஆளில்ல
தங்கள் துயரங்கள முறையிடவும்
யாரும் துணியல...

வறண்டுபோன ஆத்துக்குத்தான்
எத்தன மவுசு...
வாரியள்ளும் மணலவித்தா
வாழ்க்கையோ பவுசு...

அடிச்சபணம் அடைஞ்சுகெடக்கு
சுவிசு பேங்குல...
ஆளுறவன் அடிக்கும் கொள்ளைய
நிறுத்த முடியல...

படிச்சி படிச்சி சொன்னாக்கூட
மக்களுக்கு ஒரைக்கல....
பணத்துக்காக ஓட்டப் போடும்
முறைய மாத்தல...

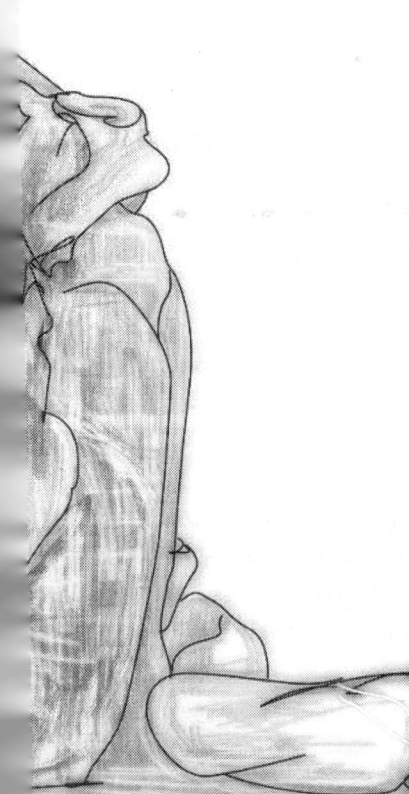

இலவசத்த மாத்திமாத்தி
அள்ளிக் கொடுக்குறான்...
இளிச்சவாயன்னு முத்திரக்குத்தி
நாட்டக் கெடுக்குறான்....
(அஞ்சு வருசம் ஆட்சி
செய்யும்...)

மன்னராட்சி முறையக்கூட
மாத்திக்கிறாங்க...
மக்களாட்சிக் கொள்ளையடிக்க
ஏத்துக்குறாங்க...

நல்லகண்ணு போன்றவங்க
தோத்துடுறாங்க – நாட்ட
கொள்ளைக்கண்ணு கையிலதான்
கொடுத்துடுறாங்க...

கார்ப்பரேட்டு முதலாளி
ஆட்சி நடக்குது...
காந்தி சிரிக்கும் நோட்டபாத்தா
நாட்ட விக்கிது...

விளைநிலங்களக் கூறுபோட்டு
விக்க பாக்குறான்...
விவசாயத்துக்குப் பாடக்கட்ட
நாளும் துடிக்கிறான்...

விழிச்சவன வெரட்டிப்புடிச்சு
சிறையில் அடைக்கிறான் – நம்ம
வேதனையில வாழவிட்டுப்
விண்ண அளக்குறான்...

படிச்சசனம் வேலையில்லாம
தெருவில் அலையிது – மத்தவன்
பகட்டான வாழ்வபாத்து
பாதைமாறுது...

மக்களெல்லாம் யோசிச்சிட்டா
சிக்கலாயிடும் – அதனால்
மதுக்கடைதான் மக்கள ஒழிக்கும்
பேராயுதம்...

காத்தவித்து கணக்கில்லாம
கள்ளாக் கட்டுறான் – நம்ம
கையிலதான் ஃபோனக் கொடுத்து
பூவச் சுத்துறான்...
காதுல பூவச் சுத்துறான்...
(அஞ்சு வருசம் ஆட்சி
செய்யும்...)

54

எல்லாம் கண்துடைப்பு...

என்னத்தச் சொல்லி
என்னத்தப் பண்ணி
ஒண்ணும் புரியல...
ஏடா கூடமா
ஆட்சி நடக்குது
இந்த மண்ணுல...

ஆள் ஆளுக்கு
ஆட்டயப் போட
வாளா சுத்துறான்...
ஆன மட்டும்
கொள்ளை அடிக்க
ஆட்சிய நடத்துறான்...

நாலு தலைமுறை
சொத்தச் சேத்தும்
ஆச அடங்கள...
பாடக் குழியில
வீழும் வரைக்கும்
பதவி விலகல...

இதைச் செய்வோம்
அதைச் செய்வோம்னு
எத்தன வாக்குங்க...
எனாமத் தான்
காட்டிக் காட்டி
மக்கள மாத்துங்க...
(என்னத்தச் சொல்லி...)

துளிர் | ஏ.இரமணிகாந்தன்

போடாததப் போட்டதாக
எத்தன எத்தன
திட்டங்களோ...
பொய்யும் புரட்டும்
வரிசைக் கட்டத்தான்
அதிகார மட்டங்களோ...

நலத்திட்டம்னு நாடுமுழுக்க
விளம்பரத் தொல்ல..
நாளு காசு மக்களச் சேர
நல்லவழி இல்ல...

ஓயாமத்தான் பேப்பருல
ஒப்பந்தத்துக்கு அழைப்பு...
ஒண்ணு கூடக் கிடைக்காது
எல்லாம் கண்துடைப்பு...

எல்லாத்தகுதி நமக்கிருந்தும்
ஒண்ணுக்கும் உதவல...
சாதிமதச் சாக்கடைக்குள்ள
மூழ்கியும் மீளல...

நாசகாரத் திட்டத்தத் தீட்ட
என்னென்னமோ நடிப்பு...
நம்ம தலைமுறை வாழவழி
கேள்வியா இருக்கு...
(என்னத்தச் சொல்லி...)

ஒண்ணு கொடுத்து
ஒண்ணு எடுக்காம
ஓயாது மனசு...
ஒன்னயும் என்னயும்
ஒப்பிடாம தேயாது
வயசு...

எல்லாக் கதவும்
திறக்க இங்கு
துட்டு வேணுங்க...
துட்டு இல்லாத
மனுசன் வாழ்க்கை
பட்டுப்போன மரங்க...
அன்ப வெதச்சி
ஆட்சி செய்ய
யாரும் பொறக்கல...
அனைத்தையுமே
வெலைக்கு வாங்கும்
வழியும் பொறுக்கல...

தட்டிக் கேட்க
ஆள் இல்லாம
கொட்டம் அடிக்கிறான்...
தறுதலயா ஆட்சிசெஞ்சு
நாட்டக் கெடுக்குறான்...

தலவலிய நாளும்தந்து
வாழ்வ வதைக்கிறான்...
தன்னெழுச்சி விழிப்பதற்கு
ஏனோ மறுக்குறான்...
(என்னத்தச் சொல்லி...)

55

வியர்வை மழை..

புத்தம் புதுசாப் பூத்திருக்கிற
பூவு நானுங்க...
பூவசுத்தி வட்டமிடும் வண்டு
நானுங்க...

தேனெடுக்கத் திட்டமிட்டுச்
சுத்துவதேங்க...
தேகத்துல மயக்கம் கொண்டு
நான் விழுந்தேங்க...

ஆளரவம் சத்தம் கேக்குது
அங்கே நில்லுங்க...
ஆசைகள அடக்கி வைக்க
தவம் பண்ணுங்க...

எல்லாம் துறந்த முனிவராக
நானும் மாறவா...
எக்குத்தப்பு நடக்குமுன்னே
புத்தி கூறவா..?

சொக்குப்பொடி போட்டு நானும்
உன்ன மயக்கவா...
சொந்தமாக்கிச் சொக்கட்டானா
உன்ன உருட்டவா..?

எலந்தம்பழம் பழுத்திருக்கு
எடுத்து உண்ணவா...
எக்கச்சக்கம் கத்திருக்கேன்
கத்துக்கொடுக்கவா..?

வியர்வைமழையில் நனையுமுன்னே
வித்தை காட்டவா...
வேர்த்துப்போன நிலத்தில் உழுது
மண்ணை மீட்கவா..?

சொர்க்கவாசல் திறந்திருக்க
தர்க்கம் தேடவா...
சொக்கிப்போன உணர்வ ஏந்தி
முத்தம் தீட்டவா..?

வெட்கப்பட்ட உதட்டுக்கு நான்
அழகு சேர்க்கவா...
வேதனைக்கு விளக்கம் தேடி
வெளிச்சம் காட்டவா..?

கட்டுடலின் சூட்டைப் பருக
குளிரக் கூட்டவா...
எட்டுசாணு உடல் முழுதும்
வித்த காட்டவா..?

ஆசையெல்லாம் நெஞ்சில் ஏந்தி
பாஷ பேசவா...
அங்கிங்கெணதபடி முழுசா
உன்னில் வீசவா..?

56

உள்ளொளி உணர்வு

அறிய அறிய
விரியுதே...
ஆதி அந்தம்
புரியுதே...
தெரிய தெரிய
விளங்குதே...
தேடும் இன்பம்
தெரியுதே...

முடிய முடிய
தொடருதே...
முகங்கள் வெளியில்
மறையுதே...
அகங்கள் அழகாய்
விரியுதே...
ஆனந்தம் அருகில்
அழைக்குதே...

கணங்கள் கணங்கள்
இனிக்குதே...
கருணைக் கண்கள்

திறக்குதே...
இயல்பு இயல்பு
இயங்குதே...
இன்பம் அழகாய்
அணைக்குதே...
(அறிய அறிய விரியுதே...)

தேடல் தேடல்
தொடருதே...
தேகம் இளைத்து
வதங்குதே...
ஊடல் ஊடல்
பசிக்குதே...
உலகம் மறந்து
இரசிக்குதே...

பாடல் பாடல்
பிறக்குதே...
பாதை காட்டி
நடக்குதே...
ஆசை ஆசை

சுரக்குதே...
ஆழம் காண
இழுக்குதே...

மோகம் மோகம்
சிலிர்க்குதே...
மௌன மொழியில்
கதைக்குதே...
ஆட ஆட
வியர்க்குதே...
அருவ உலகை
படைக்குதே...

சிரிக்கச் சிரிக்க
துளிர்க்குதே...
சிறகை விரித்துப்
பறக்குதே...
மனமும் மனமும்
மயங்குதே...
மகிழ்ச்சிக் கடலில்
நீந்துதே...
(அறிய அறிய விரியுதே...)

அலைகள் அலைகள்
பேசுதே...
அருகில் அழைத்து
கூசுதே...
இனிமை இனிமை
காணுதே...
இதழ்கள் நடனம்
ஆடுதே...

நடக்க நடக்க
பிடிக்குதே...
நன்றி நவில
நினைக்குதே...
தொடுக்கத் தொடுக்க
இழுக்குதே...
தோளில் மாலை
மணக்குதே...

பிடிக்கப் பிடிக்க
பிணையுதே...
பிறப்பின் பெருமை
உணருதே...
அணைக்க அணைக்க
உருகுதே...
அர்த்தம் தேடி
அலையுதே...

விழிக்க விழிக்க
விளங்குதே...
விதியும் விருந்தைப்
படைக்குதே...
உன்னில் உன்னில்
உணரவே...
உள்ளொளி உனை
அழைக்குதே...
(அறிய அறிய விரியுதே...)

57

அழகா இருக்கு வாழ்க்க...

அழகா இருக்கு
வாழ்க்க...
ஆசைகள் அனைத்தும்
தீர்க்க...
மகிழ்வாய் மனசும்
இருக்க...
மாற்றங்கள் நடக்குது
இப்ப...

என்னயென்ன வேணும்
உனக்கு...
எல்லாமே கணக்கா
இருக்கு...
கண்டகண்ட கனவ
வெலக்கு...
கட்டுப்படி ஆகுமா
உனக்கு..?

வானமும் பூமியும்
நமக்கு...
வரிய விதிச்சா
கொடுக்கு...
மனசுல மாற்றம்

வேணும்...
மகிழ்ச்சி தானா
வாரும்...
(அழகா இருக்கு வாழ்க்க...)

<162>

செடிகொடி புல்லுங்கள
பாரு...
சிரிப்பவா தேடுது
கேளு...
இயல்ப உணர்ந்து
வாழு...
இதமாய் இருந்திடும்
மனது...

எதுக்கு நீ இப்படி
இருக்க...
என்னாத்த கொண்டாந்த
பெறக்க...
சொத்து சொகம் மட்டுமே
வாழ்வா...
சொந்த பந்தம் சூழ்ந்திட
தீர்வா..?

அக்கம்பக்கம் ஆட்கள
பாரு...
அழகா புன்னகை
கூறு...
அடுத்து என்னயிங்கு
நடக்கும்...
ஆயுசு இருக்குமா
உனக்கும்....

காத்துவந்து கணக்கா
கேட்கும்...
காயும்வெயில் ஓய்வா
எடுக்கும்...
இயற்க கொடுக்கத்தான்
இருக்கு...
இன்பமா வாழ்ந்திட
பழக்கு...
(அழகா இருக்கு வாழ்க்க...)

யாருக்காக நீயும் வாழ
வேணாம்...
யாசகமா வாங்கிடாத
ஆமா...
எல்லாருமே கடவுளின்
கொழந்த...
எதுக்கு நீ உணர்ந்திட
மறந்த...

சிரிச்சா கொறைஞ்சா
போகும்...
சினமே வாழ்வ
நோகும்...
பெத்தக்கடன் சோத்துல
மட்டுமா...
பேதத்த சுமந்திடும்
திட்டமா...
அல்லும் பகல் ஒழைச்சா
போதுமா...
அனைத்தும் கிட்டவந்து
சேருமா...
எக்கச்சக்க ஆசைகள
அகற்று...
ஏடாகூட எண்ணங்கள
தொரத்து...

என்ன குறை கண்டுபுட்ட
வாழ்வுல...
எத்தனை நாள் சோகத்துல
ஏங்குவ...
வாழ்க்கையத்தான் வாழ நீ
பழகு...
வருத்தங்கள் விலகிடும்
பிறகு...
(அழகா இருக்கு வாழ்க்க...)

58

ஊடலும்...
கூடலும்...

சூடேறுது...
சூடேறுது...
சூழலும் சுகமான
கவிபாடுது...
ஆடாடுது...
ஆடாடுது...
ஆசையும் அலைமோதி
கூத்தாடுது...

கானங்களும்...
கருமேகங்களும்...
காத்தோடு காத்தாக இசை மீட்டுது...

எண்ணங்களோ...
வண்ணங்களாய்...
ஆகாசம் அதைத்தாண்டி பறந்தோடுது...

நெருங்காமலே...
உறங்காமலே...
நினைவெல்லாம்
உன்னில்தான் நிஜமானதே...
(சூடேறுது... சூடேறுது...)

துளிர் | ஏ.இரமணிகாந்தன்

உன் மூச்சிலே ...
என் சுவாசமே...
பேசாமல் பேசும்
பேரின்பமே...
விலகாமலும்...
நெருங்காமலும்...
உறவுக்கு உயிரான
உன் நேசமே...

மறந்தால் என்ன...
மடிந்தால் என்ன...
காவியம் நமையெழுத
கரம்கோர்க்குமே...
என்னோடு நீ...
உன்னோடு நான்...
வாழ்ந்திடும் தேசமே
சொர்க்கம் என்போம்...

மனம் மாறுமோ...
குணம் மீறுமோ...
குன்றாத மகிழ்வின்பம்
மடை தாண்டுமோ...
அலை மோதட்டும்...
அகம் தேயட்டும்...
ஆனந்த இலக்கணம்
நாமாகுவோம்...

உடல் மாயமோ...
உயிர் தேடுமோ...
ஊடலும் கூடலும்
நம் உணவாகுமோ...
தேடல் என்ன...
திசைகள் எங்கே...
தீயோடு தீயின்
உணர்வாகிட...
(சூடேறுது... சூடேறுது...)

பிழையில்லையே...
பிரிவில்லையே...
இன்பத்தின் ஆழத்தை
நாம் தேடுவோம்...
இணைந்தால் என்ன...
நனைந்தால் என்ன...
இணையாத பிணைவுக்கு
பொருள் காணுவோம்...

துயரம் இல்லை...
மகிழ்வும் இல்லை...
துன்பத்தில் இன்பமாய்
நாம் மாறுவோம்...
கண்ணின் மொழி...
காதின் வழி...
காலத்தின் குரலாக
கணம் வாழுவோம்...

சுவைக்காததை...
இரசிக்காததை..
உணர்ந்திங்கு உயிருக்கு
உணவாக்குவோம்...
உன் எண்ணமோ
என் எண்ணமோ
சிறகென்னும் சுகமாக
ஒருசேருவோம்...

நதிபோலவே
நாம் ஓடுவோம்...
சுகராகங்கள்
நாம் பாடுவோம்...
அழகானது...
இயல்பானது...
இணைந்திங்கே
இருவரும்...
உலகாளுவோம்!...
(சூடேறுது... சூடேறுது...)

59

உள்ளொன்று வச்சி...

உள்ளொன்று வச்சி
புறமொன்று பேசுவோர்
ஊருல ஏராளம்...
உண்மைய பொதச்சி
உறவ செதைப்புதான்
இங்கிட்டு தாராளம்...

பெத்தவ மனசு
பேதலிச்சு வர
அன்பு ஆறாகும்...
ஆள்துணை கெடச்சா
அத்தனையும் மறக்க
உள்ளம் இருட்டாகும்...

துளிர் | ஏ.இரமணிகாந்தன்

அண்ணன் தம்பிக்குள்ள
எத்தனை ஒற்றுமையின்னு
ஊரே சொல்லிடுச்சி ...
அத்தனை உறவுமின்று
மண்குதிரை போல
கண்எதிரே கானல்நீராச்சி...
(உள்ளொன்று வச்சி...)

ஆள வந்ததுங்க
ஆடிடும் ஆட்டங்கள்
ஆகாச புதிராச்சி
ஆனந்தம் என்பது
பட்டத்துக் கயிறாக
அறுந்து போயாச்சி...

போட்ட திட்டங்கள்
பொல்லாத வட்டங்கள்
புண்பட்ட மனமாட்சி...
ஏச்சிடும் கூட்டங்கள்
இருக்கின்ற வரையில
விழலுக்கு நீராச்சி...

ஒசந்த எண்ணத்த
சொமந்த மனசோ...
ஒடிஞ்சி நாளாச்சி...
உத்தம வேஷங்கள்
ஒன்று விடாம
கலஞ்சி போயாச்சி...

எத்தனை நாளைக்கி
இந்த நடிப்போ
ஏதும் புரியவில்ல...

எடக்கு மடக்கான
ஆளுங்கள தானே
ஏத்துக்கும் ஊருக்குள்ள...
(உள்ளொன்று வச்சி...)

உண்மைய பேசுனா
ஒருத்தனும் நம்பல
சத்தியம் செத்தாச்சி...
உறக்கம் மறந்து
எத்தன நாளைக்கி
வாழுமோ மனசாட்சி...

கத்துன குரலெல்லாம்
காத்தோட போயாச்சி
காஞ்ச மரமானோம்...
கஞ்சிக்கு கையேந்தும்
காரணம் வெளங்காம
காலத்தின் பலியானோம்.

கண்ணுல படும்
காட்சிய எல்லாம்
கடக்கவே பழகிடிச்சி...
காயத்த சொமந்து
காரணம் மறந்து
வாழத்தான் துணிஞ்சாச்சி...

வந்தவன் போனவன்
வச்சது சட்டம்னு
நாடும் போயாச்சி...
வம்புத்தும்பு தான்
நமக்கு எதுக்கு
வாழ்வது புதுசாச்சி....
(உள்ளொன்று வச்சி...)

60

தூறலே... தூறலே...

தூறலே... தூறலே...
அடைமழையின் அழகோ...
சாரலே... சாரலே...
புன்னகையின் தெளிவோ...

ஊர் எல்லாம்
மகிழ்ச்சி தான்...
உள்ளத்தில் எழும்
குளிர்ச்சி தான்...
ஆனந்தம் ஆனந்தம்
ஆயுள் ஏந்தும்
பேரானந்தம்...

சிலிர்ப்பு இங்கு
சிறகினை விரித்திடவே...
சிந்தையில் புதுப்புனல்
விழித்திடுதே...

தென்றலைத் தழுவி
திகட்டுகின்றாய்...
தெருவெங்கும் தூய்மையைப்
புகட்டுகின்றாய்...
அகங்களில் அசுத்தத்தை
விரட்டுகின்றாய்...

அன்பெனும் அறத்தை
ஊட்டுகின்றாய்...
(தூறலே... தூறலே...)

துளிர் | ஏ.இரமணிகாந்தன்

‹168›

இசையாய் செவியினில்
இனித்திடுவாய்...
இன்பத்தை மனதிற்கு
கொடுத்திடுவாய்...
சுகமாய் சுவாசத்தில்
கலந்திடுவாய்...
சொர்க்கத்தின் வாசலைத்
திறந்திடுவாய்...

எல்லைகள் என்பது
உனக்கில்லை...
எடுப்பார் கைப்பிள்ளை
நீயில்லை...
வஞ்சனை வாசம்
துளியில்லை...
வழங்குதல் தவிர
வழியில்லை..

ஆழ்மன இருப்பின்
புறவெளி நீ...
ஆசைகள் அறுந்திட்ட
தெளிமுகம் நீ...
அண்டத்தின் அதிசய
பொருளும் நீ...
ஆருயிர் வாழ்த்திடும்
உணர்வும் நீ...

புல்வெளி தன்னில்
விளையாட...
புத்துணர்வு ஊட்டி
இசைபாட...
ஐவகை நிலமும்
உனைநாட...
அதிசயம் வியக்கும்
அரும்பொருளே...
(தூறலே... தூறலே...)

கருணைக்குப் பொருளாய்
ஆனாயே...
காதலாய் பொழிந்து
போனாயே...
கற்றிட உன்னில்
கணக்கில்லை...
காலத்தை வென்றிடும்
உன் எல்லை....

பூக்கும் மலரின்
புன்னகையே...
புத்துலகு வாழ்த்தும்
அருளுருவே...
மேகம் சுமக்கும்
தாய்நீயே...
மிகையும் குறையும்
உன்னியல்பே...

எத்தனை இன்பத்தின்
இருப்பானாய்...
ஏக்கங்கள் தீர்க்கும்
மருந்தானாய்...
திசைகள் தாண்டி
பொதுவானாய்...
திக்கற்று திரியும்
பயனானாய்...

இயற்கையின் அங்கம்
நீயன்றோ...
இயல்பே வியக்கும்
இயல்பன்றோ...
பெருமையும் சிறுமையும்
உனை அண்டா...
பேதங்கள் பிரிவுகள்
உனை தீண்டா...
(தூறலே... தூறலே...)

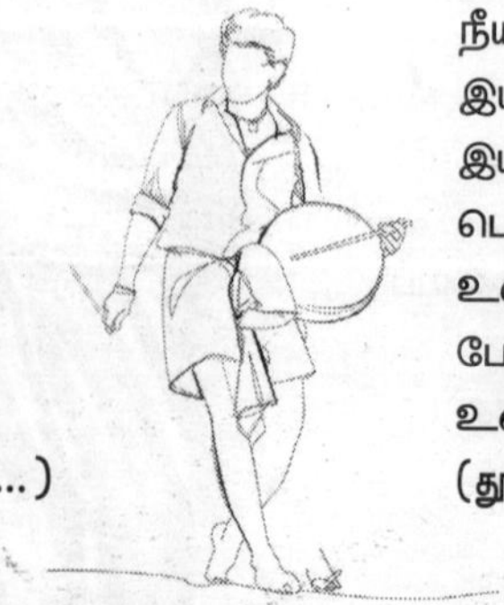